யோகா இன்று முழு உலகத்தையும் இணைக்கிறது. யோகாவானாலும் போகாவானாலும் ஆரோக்கியமில்லாத உடல் இரண்டிற்குமே பிரச்சினைக்குரிய விஷயம்தான். இந்த இரண்டில் எவற்றின் வழியாக செல்ல வேண்டும் என்றாலும் நமது உடல் நோய்களில்லாமல் ஆரோக்கியமானதாக இருக்க வேண்டும். மற்ற யோகா புத்தகங்களில் விளக்கப்படாத குறிப்பிட்ட நோய்களைப் பற்றி இந்த புத்தகத்தில் விளக்கப் பட்டுள்ளது. பல்வேறு நோய்களிடத்தில் யோகா ஏற்படுத்தும் விளைவுகளையும் அதை யோகா குணப்படுத்தும் வழிகளும் இதில் விளக்கப்பட்டுள்ளது.

யோகா வழியாக நிவாரணம்

யோகா குரு சுனில் சிங்

டயமண்ட் புக்ஸ்

ISBN : 81-288-1987-9

Published by : **Diamond Pocket Books (P) Ltd.**
X-30, Okhla Industrial Area, Phase-II
New Delhi-110020
Phone : 011-41611861-65, 40712100
Fax : 011-41611866
E-mail : sales@dpb.in
Website : www.dpb.in
Edition : 2011
Printed by : जी.एस. इंटरप्राइजिज

Healing Through Yoga (Tamil)

by : Yog Guru Sunil Singh

முன்னுரை

யோகா வழியாக நிவாரணம் என்ற இந்தப் புத்தகம் எனக்கு முற்றிலும் முக்கியமானது என்பதுடன் நான் இதை என் வாழ்வின் சொத்து என்று அழைக்கத் துணிகிறேன், இது ஒன்றும் மிகைப்படுத்தல் அல்ல. ஆரோக்கியமான, மகிழ்ச்சியான, நோயற்ற வாழ்க்கையை நாம் எவ்வாறு வாழ்வது என்பது பற்றிய உண்மைகள் குறித்த என் அனுபவங்களை நான் வாசகர் பார்வைக்கு வைக்கிறேன்.

சுனில் சிங்காகிய நான் ஒரு யோகா பயிற்சியாளராகவும் யோகா மாணவராகவுமே என்னைக் காண்கிறேன். யாரும் முழுமையடைந்தவர்கள் இல்லை ஒவ்வொரு நாளும் நீங்கள் புதிதாக கற்றுக்கொண்டிருக்கிறீர்கள் என்று சொல்லப்படுவதுண்டு, அதாவது எல்லோரும் புதிய விஷயங்களை தினமும் கற்றுக்கொள்கிறார்கள், அதோபால் இந்தப் பாட விஷயத்தில் என்னை ஒரு ஆசிரியராக கருதிக்கொள்ள நான் விரும்பவில்லை. நான் யோகாவை ஒரு வாழ்க்கை முறையாக ஏற்றுக்கொண்டுள்ளேன். நான் இவற்றை பல்வேறு ஊடகங்கள் வழியாக மக்களிடத்தில் பகிர்ந்துகொண்டுள்ளேன். இதற்கு பின்னுள்ள நோக்கம் மக்கள் எவ்வாறு ஆரோக்கியமாக, மகிழ்ச்சியாக நோயற்ற வாழ்க்கையை வாழ முடியும் என்பதுதான்.

நான் இந்தப் புத்தகத்தில் யோகாவைப் பற்றிக் குறிப்பிட்டிருந்தாலும், ஆசனங்களும் ஜப்பானிய முறையிலான பிரணாய உத்திகளும் நம் உடலை ஆரோக்கியமாக வைத்திருக்கின்றன ஆனால் மரியாதைக்குரிய ரமேஷ் சந்த் கத்வால், ஹரிஷ் ஷர்மா, அனில் கவுல், தீபக் குப்தா, தனி சிங், யதிந்தர் ஷர்மா, முகுல் குமார், சுமன் பிரசாத். ரிதுராஜ், புபேஷ் குப்தா, உமேஷ் வர்மா, கௌதம் மற்றும் சைலேஷ் நிவேதியா ஆகியோர் இந்த புத்தக உருவாக்கத்தின் பின்னணியில் நேரடியாகயோ மறைமுகமாகவோ வலிமையாய் இருந்தவர்கள் என்பதை சொல்லிக்கொள்ள எனக்குத் தயக்கமில்லை.

இருப்பினும் இந்த நலம் விரும்பிகள் அனைவரின் உதவியும் இல்லாமல், இந்தப் புத்தகத்தை உங்கள் முன்னால் வைத்திருக்க முடியாது. ஆதலால் எனக்கு இவர்களின் உழைப்பு, பொறுப்புடைமை மற்றும் ஒத்துழைப்பு ஆகியவை இந்தப் புத்தகத்தின் தவிர்க்க இயலாத அம்சங்கள்.

யோகா குரு சுனில் சிங்

அறிமுகம்

நம்முடைய வேத இலக்கியங்கள் மாயமந்திர அறிவியலின் முக்கிய மூலாதாரங்கள். யோகாவில் பல புத்தகங்களும் காப்பியங்களும் எழுதப்பட்டிருப்பினும் அதற்கு பின்னாலுள்ள நோக்கம் ஒரு வளமான சமூகத்தை உருவாக்குவதுதான்.

யோகா என்ற வார்த்தை சந்தித்தல், இணைதல், கவனம் செலுத்துதல் என்பதைக் குறிக்கும் சமஸ்கிருத வார்த்தையான "யுன்ஜ்" என்பதிலிருந்து வந்தது. பகவத் கீதையில் கிருஷ்ணர் சொல்கிறார் , "சமந்த் யோக் உச்சாயிதோ" அதாவது "யோகாவில் எந்த நிலையிலும் அமைதியாக் இருத்தல்". யோகா மதத்தைப் பாதுகாக்கிறது. சரியான அறிவு என்பது யோகாவின் வழியாக மட்டுமே சாத்தியம். அறிவு இல்லாமல் தீர்வைப் பற்றி யோசிப்பது வெறுங்கனவே.

யோகா இன்று முழு உலகத்தையும் இணைக்கிறது. யோகாவானாலும் போகாவானாலும் ஆரோக்கியமற்ற உடல் இரண்டிற்குமே பிரச்சினைக்குரியது தான். இந்த இரண்டில் எவற்றில் வாழ்வதாக இருந்தாலும் நமது உடல் போதுமான அளவுக்கு ஆரோக்கியமாகவும் நோயற்றதாகவும் இருக்க வேண்டும். அஷாதங் யோகாவை பயிற்சி செய்பவர் என்ற முறையில் பொதுமக்களின் பார்வையும் ஆர்வங்களையும் நான் இதில் இணைத்துக்கொள்ள முயற்சி செய்திருக்கிறேன். இந்தப் புத்தகத்தில் எந்த யோகா புத்தகத்திலும் கவனத்தில் எடுத்துக்கொள்ளப் படாத பல்வேறு நோய்களைப் பற்றிய பிரச்சினைகளை பரிசீலனை செய்ய முயற்சித்திருக்கிறேன். கடவுளின் கருணையாலும், எனக்கு எப்போதுமே வழிகாட்டு சக்தியாக இருந்துவரும் குரு தீரேந்திர பிரம்மச்சரியின் ஆசியாலும் நான் யோகாவின் முக்கியத்துவத்தையும், பல்வேறு நோய்களிடத்தில் அது ஏற்படுத்தும் தாக்கங்களையும் நான் வலியுறுத்த முயற்சி செய்திருக்கிறேன்.

இந்த புத்தகத்தின் நோக்கம் "யோகாவை எவ்வாறு முறையாக பயிற்சி செய்வது" என்பதுதான்.

- யோகா குரு சுனில் சிங்

உள்ளடக்கம்

1
செய்யவேண்டியதும் செய்யக்கூடாததும்

நாம் யோகானசம் பற்றி சிந்திக்கும்போதெல்லாம் சாமியார்கள், யோகா குருக்களின் பெயர்கள் எப்போதும் நம் மனதில் பளிச்சிடுவதுண்டு.யோகாவும் யோகிகளும் நமது இந்திய கலாசரத்தின் தவிர்க்கமுடியாத பகுதிகள், இருப்பினும் இப்போதெல்லாம் இந்தியாவும் மற்றுமுள்ள உலகமும் யோகாவை நோக்கி சென்றுக்கொண்டிருந்தாலும் மற்றொரு பக்கம் மருத்துவ அறிவியலின் முக்கியத்து வத்தை நாம் மறுப்பதற்கில்லை. ஏனென்றால், மருத்துவ அறிவியல் மனிதனுக்கும் இயற்கைக்கும் இசைவான ஒன்றை புதிதாக கண்டுபிடித்து தினமும் புதிய முடிவுகளை அடைகிறது! மனிதனின் உடல்ரீதியான மனரீதியான வளர்ச்சிக்கு உதவிசெய்யும் அறிவியலே யோகா என்று நமது புராணீகத்தில் கூறப்பட்டுள்ளது.

இன்றைய மருத்துவ அறிவியல் பல்வேறு நோய்களுக்கு கிருமிகளே மூல காரணம் என நம்புகிறது.இன்றைய நவீன யுகத்தில், நோய்க்கான முக்கிய காரணம் மன அழுத்தமே, ஏனெனில் நமது உடலின் உள்ளேயிருக்கும் நமது இதயத்துடிப்பு, செரிமான அமிலங்கள் சுரப்பது, சுரப்பிகளின் வேதிச் செயல்பாடு, சுவாசக் செயல்பாடு, இரத்த சுத்திகரிப்பு, கால், தோல் மற்றும் சிறுநீரகம் இன்னபிற போன்ற உடலுறுப்புகள் நரம்புமண்டல அமைப்பின் வழியாக மூளையை கட்டுப்படுத்துகிறது. மன அழுத்தத்தின் காரணமாக இந்த செயல்பாடுகள் முறையாக செயல்படுத்தப்படுவதில்லை, இதன் காரணமாக நாம் நோய்க்கு ஆளாகிறோம்.

இந்த உடல் அழியக்கூடியது என்ற உண்மை நமது யோகா குருக்களுக்கு நன்றாகத் தெரியும் .மண்ணால் செய்யப்பட்டுள்ள உடல் மண்ணால் போகிறது.இது யோகாவோ போகாவோ, நோயுற்ற உடல் இரண்டுக்குமே பிரச்சினைதான். உதாரணத்திற்கு, ஓருவருக்கு வயிற்றுவலி ஏற்பட்டால் எல்லாவிதமான நல்ல உணவுகளும் அவருக்கு பயனற்றதே.

இப்போதல்லாம் புதிய வகையான யோகா இந்தியாவிலும் வெளிநாடுகளிலும் பிரபலமடைந்து வருகிறது. “பிரணாயம்” குறிப்பாக “அனுலோம் - விலோமா ” மற்றும் “கபால்பதி” போன்றவை மக்களை பெரிதும் கவர்கிறது.

இந்திய தத்துவத்தில் ஓன்பது வகையான யோகாக்கள் விவரிக்கப் பட்டுள்ளன, அவை சகஜயோகா, மந்த்ரயோகா, ராஜயோக, ஹதியோகா, லாயோகா, தியானயோகா, ஞானயோகா, பக்தியோகா, கர்மயோகா மற்றும் நோதா பக்தி. ஒரு யோகா பயிற்சியாளராக இந்த அறிவியல் பயிற்சியில் மட்டுமே கற்கப்படவேண்டும் என்பது எனக்குத் தெரியும், யோகா மாஸ்டர் அல்லது “யோகாவிதன்” என்று தன்னையே அழைத்துக்கொள்வது போன்ற பயிற்சியாளர் அல்ல நான்.

இங்கே, யோகாவில் உள்ள சில தடைகளைப் பற்றி உங்களுக்குச் சொல்ல விரும்புகிறேன். யோகாவில் இவற்றை நீங்கள் நன்றாக கவனத்தில்கொண்டால்

அதிலிருந்தே நிறைய பலன்களை நீங்கள் பெறலாம்.

1. அத்யாஹார் - இது மிதமிஞ்சிய உணவைக் குறிக்கிறது. பயிற்சி செய்பவர் அதிகப்படியான உணவை சாப்பிட்டால், தூக்கம், சோம்பல் மற்றும் தாலாட்டுபோன்ற உணர்வுகளுக்கு காரணமாவதோடு யோகா பயிற்சியில் தடைகளை உருவாக்கும்.

2. அதிபிரயாஸ் - இது ஓருவரது திறனையும் தாண்டி அதிகமாக உழைப்பதைக் குறிக்கிறது. பயிற்சிசெய்வர் தனது திறனையும் தாண்டி அதிகமாக உழைக்கும்போது அது நோய்களுக்கான தூண்டுதலையும் உருவாக்கும்.

3. பிரஜல்யா - இது தேவையற்ற விவாதங்களையும் புறம்பேசுதலையும் குறிக்கிறது.

4. அதிநியம் கிரா - தவறான வாழ்க்கை முறைக்கு தூண்டும் நம்பிக்கைகளும் பயிற்சியில் ஏற்படும் தடைகளும். உதாரணத்திற்கு, குளிர்காலத்தில் பச்சைத்தண்ணீர் அருந்துவது அல்லது குளிப்பது, திறனுக்கு அதிகமாக உழைப்பது, அதிகப்படியாக விரதமிருப்பது, இன்னபிற போன்றவை.

5. ஜன்சங் - இது மக்கள் தொடர்புகளை குறிப்பிடுகிறது. பயிற்சியாளர் தனது பாதி நேரத்தை மக்களுக்கு மத்தியில் செலவிடும்போதோ அல்லது அதேபோல் அவர்களுடன் தொடர்புகொள்ளும்போதோ யோகா பயிற்சிக்கு நேரமில்லாமல் போவதற்கு காரணமாகும் .

6.சன்சல்தா - "மனோயித்ரா லிப்தே, தத்ரா விலியதே."நமது மனம் கட்டுப்படுத்தப்டவில்லை என்றால், நமது புலனுணர்வு கட்டுப்படுத்தப் படாமலே இருக்கும். இதுதான் சன்சல்தா யோகாவில் பெரும் தடையாக உள்ளது.

ஆசனம், பிரணாயம் என்று அஸ்தங் யோகாவில் இரண்டு கிளைகளாக உள்ளவற்றையும் பற்றி மிகத் தெளிவாக புரிந்துக்கொள்வோம். அவை அவற்றிக்கேரிய முக்கியத்துவம் பெற்றுள்ளன, ஆனால் இவை யோகாவின் இணை அர்த்தங்கள் அல்ல! உடல் வலிமையை மட்டும் கவனத்தில் கொள்ளும் யோகாவை கற்றுத்தேறுவதை நோக்கிய ஓரு படிநிலை மட்டுமே உருவாக்குகிற அழிக்கிற புத்தகங்களை அறிவியல் செய்கிறது . அது ஆயுதங்கள், நியுக்ளியர், உயிரியல் ஆயுதங்களை ஒருபக்கம் உருவாக்குகிறது,மறுபுறம் தானியங்களின் உற்பத்தியை பெருக்கும் புதிய கருவிகளை உருவாக்கி அளிக்கிறது. மருந்துகளும், செயற்கை உறுப்புகளும் அறிவியலால் உருவாக்கப்பட்டு வருகின்றன.

இந்திய சமூகம் பல குருக்களை வழங்கியிருக்கிறது.அவர்கள் அனைவரிலும் சுவாமி தீரேந்திரா பிரம்மசாரிகளையும் ஆச்சார்யர் ரஜனீஷையும் பற்றி நான் பேச விரும்புகிறேன். சுவாமி தீரேந்திரா பிரம்மச்சாரி தனது வாழ்நாள் முழுவதும் யோகாவை ஓரு அறிவியலாக ஏற்றுக்கொண்டவர், அவர் தன்னை ஓரு யோகா மாணவனாகத்தான் கருதினாரே தவிர யோகா குருவாக அல்ல. யோகா மதத்தை பாதுகாத்து உதவுவதாக அவர் எப்போதும் சொல்லிவந்திருக்கிறார். சரியான அறிவு யோகா இல்லாமல் சாத்தியமில்லை, அறிவு இல்லாமல் தீர்வு பற்றி கனவு காண்பது வெற்றுக்கனவே. அவரது காலத்தில் நன்றாக கற்றுக்கொண்டு யோகாவின் கொடியை உலகம் முழுவதும் நாட்டிய பல மாணவர்களுக்கும் பயிற்சியளித்தார்.

இன்று, மக்கள் கபால்பதி, நாவ்லி கிரியவை ஆசனங்களை கற்றுவருகின்றனர்.யோகாவை கற்கும்போது நாம் முன்னெச்சரிக்ககளை பின்பற்றவில்லை என்றால் ஆபத்துக்கள் ஏற்படலாம். உதாரணத்திற்கு, இதய

நோய்கள், உயர் இரத்த அழுத்தம், வலிப்பு, குடலிறக்கம் அல்லது வயிற்றுப் புண்ணால் பாதிக்கப்பட்ட ஒருவர் கபால்பாதியை பயிற்சி செய்தால் அவரது பிரச்சினைகளையும் அதிகரிப்பதோடு சிலநேரங்களில் அபாயகரமானதாகவும் முடியும். அதேபோல், குறைந்த இரத்த அழுத்தம், ஆஸ்துமா மற்றும் இதயக் கோளாறுகளால் பாதிக்கபட்டுள்ள ஒருவர் குளிர்காலத்தில் ஷிதலி அல்லது ஷித்காளி பிரணாயம் செய்வது தவிர்க்கபடவேண்டும். அதே வகையில் குடலிறக்க நோயாளிகள், வயிற்றுப்புண் உள்ளவர்கள் மற்றும் கர்ப்பினி பெண்கள் புஜகாசனம், உத்ராசனம் மற்றும் மத்தியாசனம் செய்வது தவிர்க்கப்படவேண்டும்.

யோகா நம் வாழ்வின் ஒரு பகுதி என்பதை நாம் புரிந்துக்கொள்ள வேண்டும். நாம் மருத்துவ அறிவியலின் முக்கியத்துவத்தையும் குறைத்து மதிப்பிடக்கூடாது ஏனெனில் மருத்துவ அறிவியல் புற்றுநோய், ஹெச்.ஐ.வி பாசிட்டிவ், அறுவை சிகிச்சை, பார்க்கின்சன் நோய்கள், வலிப்பு, இன்னபிற நோய்களுக்கு நிறைய ஆராய்ச்சிகளை செய்துவருகிறது. யோகாவைப் பற்றியும், அதற்கான எச்சரிக்கைகள் பற்றியும் நாம் உணர்ந்துகொள்ளவேண்டிய நேரம் இது.யோகாவையும் மருத்துவ அறிவியலையும் இணைத்து அறிவிப்பூர்வமாக வாழ்வது சிறந்தது.

யோகா பயிற்சியின் மூலம் மட்டுமே தேர்ச்சியடைக்கூடியது என்பதால் சிறந்த குருவின் வழிகாட்டுதலின் படி பயிற்சி செய்யப்படவேண்டும்.

◆◆◆

2

வாழ்வின் அச்சு: காட்சித் திறன்

அலுவலகத்திலோ வீட்டிலோ நிச்சயம் வேலையில் ஏற்படும் அழுத்தம் இருக்கவே செய்கிறது.கம்ப்யூட்டரோடு நாள் முழுவதும் வேலை செய்கிறவர்கள் கண்களுக்கும் ஆரோக்கியத்துக்கும் பாதிப்புக்கு ஆளாகிறார்கள், ஏனெனில் இப்போது நமது முழு வாழ்வும் இயந்திரங்களைக் சார்ந்தே இருக்கிறது.நமது வாழ்வும், உணவு முறையும் முற்றிலுமாக மாறிவிட்டது.இதன் காரணமாக இயற்கை அழகுடனான நமது உணவில் பயன்படுத்தப்படும் பல்வேறு செயற்கை ரசாயனங்கள் நமது ஆரோக்கியத்தை பாதிக்கின்றன.

கண்களே அழகின் மையப்புள்ளி, அதன் வழியாக்தான் இந்த உலகின் அழகை நாம் காண்கிறோம் . டிவி,சினிமா, இரவு நெடுநேரம் வரை பணிபுரிவது,போதுமான தூக்கமின்மை, புகைப்பழக்கம் போன்றவை நமது கண்களில் பிரச்சினை ஏற்படுவதற்கு காரணமாகிறது. ஒருவரது வயது பற்றிய பொருட்டின்றி அலுவலுகம் , வீடு அல்லது பூங்கா ஆகியவற்றில் எந்தநேரத்தில் வேண்டுமானாலும் ஒருவர் தனது கண்களை கவனமாக வைத்துக்கொள்வது பற்றி இப்போது பார்க்கலாம்.

1. கண்பார்வையை மேம்படுத்துதல் - முதல் நிலை:

நாற்காலியிலோ, பத்மாசனப்படியோ சௌகரியமாக உட்கார்ந்தபடி, உங்கள் கழுத்தை அசைக்காமல் இடது பக்கமும் வலது பக்கமும் பத்துமுறை மாற்றி மாற்றி பார்க்க முயற்சி செய்யுங்கள்.உங்கள் கழுத்தை அசைக்காமல் பயிற்சி செய்யுங்கள்.

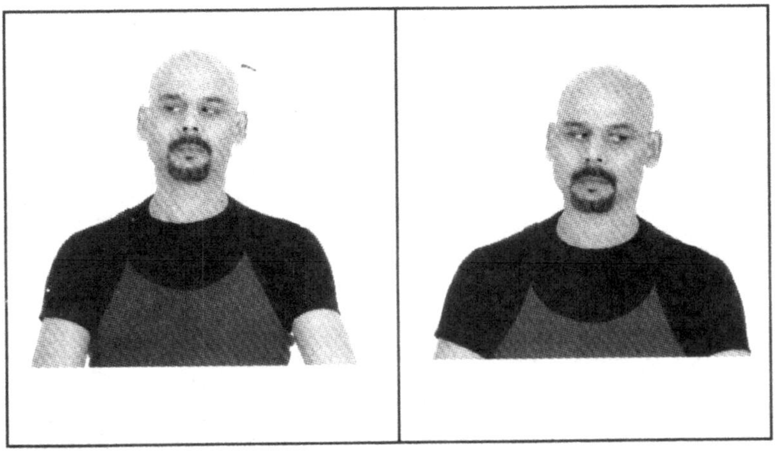

2. இரண்டாவது நிலை:

முதல் நிலையில் இருந்தபடியே உங்களை வைத்துக்கொள்ளுங்கள்.

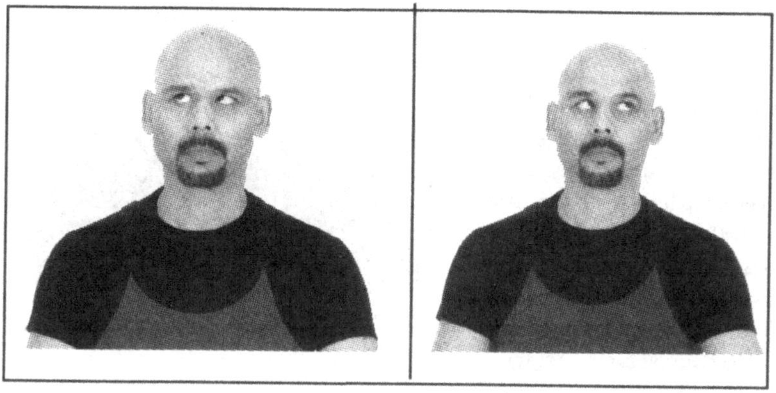

பின்னர் உங்கள் கணகளை கடிகாரச் சுற்றுப்படியும் நகர்த்துங்கள்.கடிகார முள்ளை உங்கள் மனதில் வைத்தபடியே இந்த நிலையை நீங்கள் பயிற்சி செய்ய வேண்டும்.

3. மூன்றாவது நிலை:

மேலே குறிப்பிட்டுள்ள முறையில் கவனத்தை குவிக்க முயற்சியுங்கள்.அதன் பின்னர், உங்கள் இரண்டு கணகளையும் மூக்கின் நுனியில் கவனத்தை செலுத்தச் செய்யுங்கள். உங்கள் கண்களை மூடாமால், உங்கள் இரண்டு கண்களின் கவனமும் மூக்கு நுனியின் ஓரத்தில் இருக்கும்படி செய்யுங்கள்.உங்கள் கண்கள் சோர்வடைந்தால், கண்களை மூடிவிட்டு பின்னர் இந்த பயிற்சியை மீண்டும் செய்யவேண்டும்.

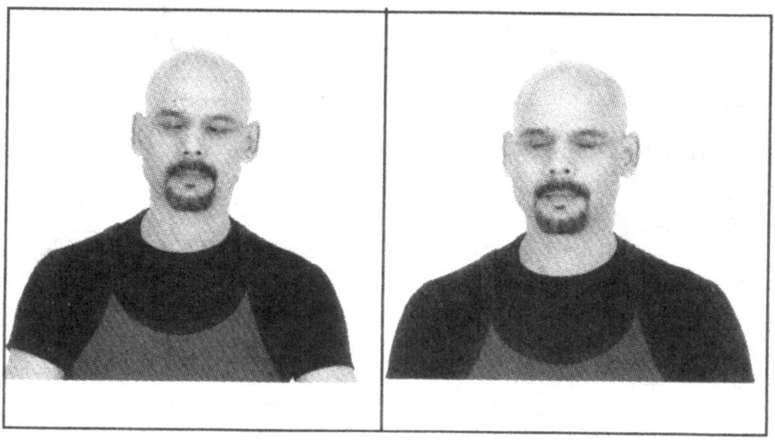

4. நான்காவது நிலை:

முந்தைய பயிற்சிகளில் இருந்தது போன்றே அமர்ந்து கொண்டு இரண்டு புருவங்களின் நடுப்பகுதியையும் அழுத்தமாக பார்ப்பதற்கு முயற்சி செய்யுங்கள். கண்களை இமைக்காதீர்கள். நீங்கள் அழுத்த்தை உணர்ந்தாலோ அல்லது உங்கள் கண்களிலிருந்து கண்ணீர் வந்தாலோ, சற்று நேரம் கண்களை மூடிவிட்டு, கொஞ்சம் ஓய்வுக்குப் பின்னர் பயிற்சியை மீண்டும் செய்யுங்கள். இது "சாம்பவிமுத்ரா" என்றும் அழைக்கப்படுகிறது.

5. ஐந்தாவது நிலை:

மேற்குறிப்பிட்டபடி அதே நிலையில் அமர்ந்துக்கொண்டு உங்களால்

முடிந்தவரை வேகமாக கண்களை அசைக்கவேண்டும்.இந்தப் பயிற்சியை 50 முதல் 100 முறை வரை செய்யவேண்டும்.

6. ஆறாவது நிலை:

சௌகரியமாக உட்காரவேண்டும் .உங்கள் கண்களுக்கு முன்பாக கையை நீட்டி வைத்துவிட்டு கட்டைவிரலின் நுனியை உற்றுநோக்குங்கள்.அந்த கட்டைவிரலை கண்களை நோக்கி மெதுவாக கொண்டுவாருங்கள் , தரையிலிருந்து ஓரே உயரத்தை பின்பற்றுங்கள், பின்னர் அதே கட்டை விரல் நுனியை அப்பால் நகர்த்துங்கள்.இந்த முழு பயிற்சியின்போதும் கட்டை விரல் நுனியில் மட்டும் கவனம் செலுத்துங்கள். குறைந்தது 10 முறையாவது இதை பயிற்சி செய்யுங்கள்.

7. ஏழாவது நிலை:

உங்கள் உள்ளங்கை இரண்டையும் ஓன்றோடன்று தேயுங்கள், உரசுவதால்

அவை சூடாகும்போது அவை வழக்கமான வெப்பநிலைக்கு திரும்பும்வரை உங்கள் இரண்டு கண்களிலும் மெதுவாக வைத்துக்கொண்டிருங்கள்.இதை பத்துமுறை செய்யுங்கள் .

8. எட்டாவது நிலை:

தளர்வாக உட்கார்ந்துகொள்ளுங்கள், உங்கள் கண்களுக்கு முன்பாக ஒரு மெழுகுவத்தியை $1^{1/2}$ அடி தூரத்தில் ஏற்றி வைத்துக்கொண்டு பார்த்துக்கொண்டிருங்கள். தினமும் 5 நிமிடம் இந்த பயிற்சியை செய்யுங்கள்.

9. ஒன்பதாவது நிலை:

அதிகாலையில் வெற்றுக்காலோடு புல்வெளியில் 10 நிமிடங்கள் நடக்கவேண்டும்.

10. பத்தாவது நிலை:

ஒவ்வாரு நாள் காலையிலும் கொஞ்சம் தண்ணீரை வாயில் வைத்துக்கொண்டு அதைப் பிடித்து கண்களை கழுவுவது போல் திறந்திருக்கும் கண்களில் தெளித்துக்கொள்ளுங்கள். இதை குறைந்தது ஒன்றிரண்டு நிமிடங்களாவது செய்யவேண்டும்.

பலன்கள்:

பயிற்சிகள் அனைத்தும் நமது கண் தசைகளை வலுப்படுத்துகிறது, அழுத்தத்தை குறைக்கிறது, விழிகளின் அசைவை ஒழுங்குப்படுத்தி கண்பார்வையை மேம்படுத்துகிறது.கண்களின் சக்தியை இது இசைவுபடுத்துவதோடு அதிகரிக்கவும் செய்கிறது. இந்தப் பயிற்சியை தொடர்ந்து செய்து வருபவர்கள் தங்களது மூக்கு கண்ணாடியை துறந்துவிடலாம் .

இந்தப் பயிற்சிகள் போக குறிப்பிட்ட சில விஷயங்களையும் நாம்

மனதில் வைத்துக்கொண்டால் நமது கண்பார்வையிலிருந்து அதிக பலன் பெறலாம்.

1. தொடர்ந்து டிவி பார்க்கவோ, கம்ப்யூட்டரில் தொடர்ந்து வேலை செய்யவோ வேண்டாம்.

2. உக்கிரமான சூரியக் கதிர்களிலிருந்து உங்கள் கண்களை பாதுகாத்திடுங்கள்.

3. உங்கள் மனதிற்கு அழுத்தம் தராதீர்கள், உங்கள் உணர்ச்சியையும் கோபத்தையும் கட்டுப்படுத்துங்கள் .

4. சத்தான உனவு, பால், பழங்கள் போன்றவற்றை சாப்பிடுங்கள்.

5. ஒரு இரவு முழுவதும் ஊறவைக்கப்பட்ட டிரைபாலி தண்ணீர் கொண்டு கண்களை கழுவுங்கள்.

6. இரயில், பேருந்து அல்லது குறைவான ஒளியில் புத்தகம் படிக்காதீர்கள்.

7. தூங்கச் செல்லும் முன் உங்கள் கண்களில் இரண்டு சொட்டு ரோஸ் வாட்டர் விட்டுக்கொள்ளுங்கள்.

8. எப்போதும் சாதகமான விஷயங்களை சிந்தியுங்கள்.

9. பாதகமான விளைவை ஏற்படுத்தும் என்பதால் உங்கள் கண்ணீரை கட்டாயமாக நிறுத்தாதீர்கள்.

10. நல்ல அழுகுசாதனப் பொருள்களை பயன்படுத்துங்கள்.

◆◆◆

3
மகிழ்ச்சியோடு வாழ்வதற்கான யோகா

கடினமான, அழுத்தம் நிறைந்த இன்றைய நிலைகளில் உங்கள் ஆரோக்கியம் அழகு ஆகியவற்றை மேம்படுத்தவும், உங்கள் ஆற்றலையும் ஆளுமையையும் அதிகரிக்கச் செய்யவும் யோகாவை பயிற்சி செய்வதே பாதுகாப்பனதும் பாதுகாப்பதும் ஆகும். இன்று பெண்கள் தங்களது பணியையும் வீட்டையும் ஒருவரே கையாளும்போது, அவர்கள் தங்களது உடல், மன வலிமைகளை சமநிலைப்படுத்தவேண்டியது மிக அவசியம். பெண்களின் முழுமையான பகுதி முகம். பெண்கள் தங்களது அழகில் அதிகம் கவனம் செலுத்துகிறார்கள் என்றாலும், நமது தோலிலுள்ள இயல்பான வழவழப்பும் பளபளப்பும் வயதாகையில் குறைந்து வறண்டு போகிறது. மன அழுத்தம், கவலை , அதிகப்படியான உடல் உழைப்பு, ஊட்டச்சத்தின்மை மற்றும் தூக்கமின்மை ஆகியவை சுருக்கங்களுக்கு காரணமாகின்றன. காற்று மாசுபாடு, எந்த ஓரு நோயும் நீண்டகாலம் நீடித்திருத்தல் முகத்தில் அதிகமாக சோப்பை பயன்படுத்துதல், உணவுக் கட்டுபாடு ஆகியவையும் தோல் சோர்வுக்கு காரணமாகிறது.

சில யோகா பயிற்சிகள் முகத்தில் பொலிவை மீட்டுத்தருவதோடு, நமது முகத்திலிருந்து புள்ளிகள் சுருக்கங்கள் மற்றும் கரும்புள்ளிகளையும் நீக்குகிறது.

1. கபால் சக்தி: முதல் நிலை

சௌகரியமாகவோ பத்மசனப்படியோ உட்காருங்கள். இரண்டு கைகளின் எட்டு விரல்களுடைய நுனியையும் நேருக்கு நேராக ஓன்று சேர்ந்து, இரண்டு கட்டைவிரல்களாலும் மூக்குத் துவரங்களை மூடுங்கள். சர்சர் என்ற சத்தத்தோடு

வாய்வழியாக சுவாசியுங்கள். பின்னர் கட்டைவிரலைக்கொண்டு மூக்குத் துவராங்களை மூடுங்கள். உங்கள் கண்ணங்களை பலூன் போல உப்பச் செய்து, உங்களால் முடிந்தவரை மூச்சைப் பிடித்து வைத்துக்கொண்டு , உங்கள் மூக்கு வழியாக சுவாசக் காற்றை மெதுவாக வெளிவிடுங்கள். இது ஒரு சுற்றை நிறைவுசெய்கிறது. இதை குறைந்தது 20 முறையாவது பயிற்சி செய்யுங்கள்.

2. இரண்டாவது நிலை

சௌகரியமாகவோ பத்மசானப்படியோ உட்காருங்கள்.மாடுகள் செய்வதுபோல் உங்கள் வாயின் உட்புறம் எதையாவது மென்று தின்பதுபோல்

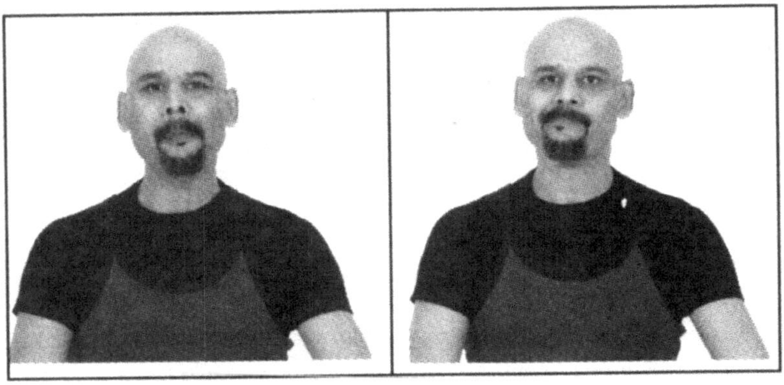

செய்ய முயற்சியுங்கள். இதை குறைந்தது 2 நிமிடங்களுக்கு பயிற்சி செய்யுங்கள்.

3. மூன்றாவது நிலை

மேலே சொன்னபடி உட்கார்ந்து உங்கள் விரல்களால் இரண்டு

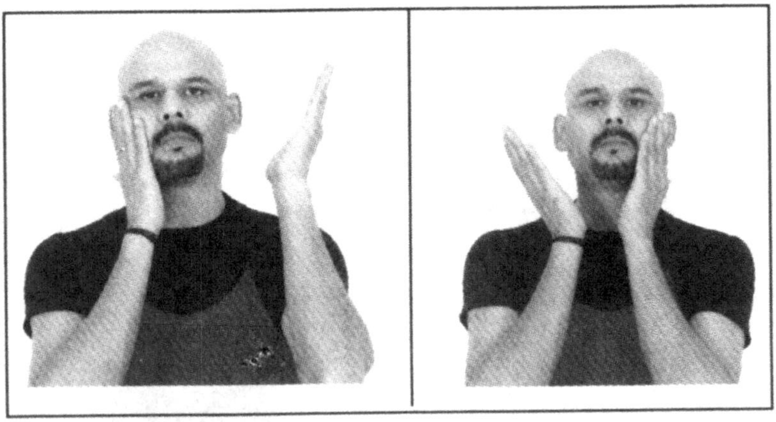

கன்னங்களையும் தட்டிக்கொள்ளுங்கள். இதை தினமும் 5 நிமிடங்களுக்குச் செய்யுங்கள்.

4. நான்காவது நிலை

இந்தப் பயிற்சியில் நமது கழுத்தை பின்பக்கமாக சாய்த்து கீழுதட்டை மேலுதட்டால் தொட முயற்ச்சிக்க வேண்டு, சற்று நேரம் இந்த நிலையில் இருந்தபின்னர் வழக்கமான நிலைக்கு திரும்ப வேண்டும். இது ஓரு சுற்றை நிறைவு

செய்கிறது. இது 10 முறைகள் திரும்பச் செய்யபடவேண்டும்.

5. ஐந்தாவது நிலை: உதான் முத்ரா

சுகாசனப்படியோ பத்மாசனப்படியோ உட்காருங்கள். இப்படி உட்காருங்கள்.இப்படி உட்கார்ந்து, இரண்டு கைகளிலும் சுட்டு விரலைத் தவிர்த்த

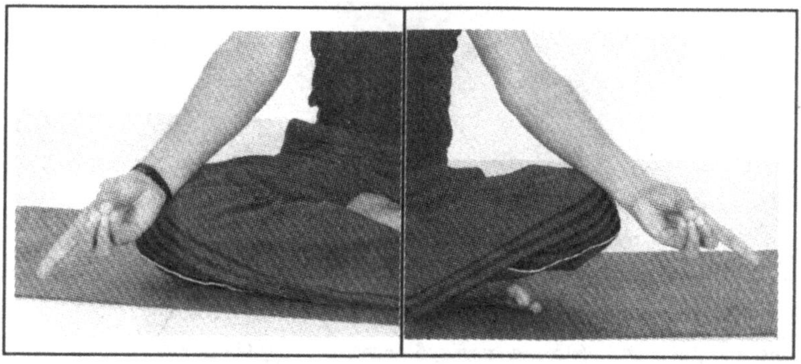

மூன்று விரல்களையும் கட்டைவிரலோடு மடக்கிக்கொள்ளுங்கள். இதுதான் உதான் முத்ரா.இதை தினமும் 5 நிமிடங்களுக்கு செய்யுங்கள்.

6. கபால் சக்தி: ஆறாவது நிலை

இரண்டு கட்டை விரல்களையும் மேல் தாடையில் படும்படி வாயில் விட்டுக்கொள்ளுங்கள், தசைகளை விரிப்பதற்கு உங்கள் உதடுகளை மூடுங்கள் .குறைந்தது ஐந்து முறைகளாவது இந்தப் பயிற்சியை செய்யுங்கள்.

7. கபால் சக்தி: ஏழாவது நிலை

உங்களால் முடிந்தவரை புருவங்களை உயர்த்தி கண்களை முழுவதுமாக திறந்து வையுங்கள். இந்த முத்ராவில் கொஞ்சநேரம் இருந்தபின்பு வழக்கமான

நிலைக்கு திரும்புகள். இதை குறைந்து 5 முறைகளாவது செய்யுங்கள்.

8. சின்காசனம்: எட்டாவது நிலை

வஜ்ராசனப்படி உட்கார்ந்து உங்கள் முட்டிகளை அகலமாக வைத்துக்கொள்ளுங்கள் . உள்ளங்கைகளை முட்டிகளில் வைத்து விரல்களை சிங்கத்தின் நகங்கள் போன்று விரித்துக் வையுங்கள்.நாக்கை வெளியே வைத்து சிங்கத்தைப் போல் கர்ஜனை செய்யுங்கள். இந்தப் பயிற்சியில் வாயானது முழு அளவில் திறந்திருக்க வேண்டும். நாக்கு முடிந்தவரை வெளியே வந்திருக்க வேண்டும். இந்த ஆசனத்தை 3 முறையாவது செய்யுங்கள்.

9.ஒன்பதாவது நிலை - சசங்காசனம்

வஜ்ராசனப்படி உட்காருங்கள். ஆழமாக மூச்சை இழுத்து மேல்நோக்கி கைகளை நீட்டுங்கள். இப்போது முன்னோக்கி வளைந்து உள்ளங்கைகளை தரையில் வைத்து, கொஞ்சநேரத்திற்கு அதே நிலையில் இருந்துவிட்டு மெதுவாக பழைய நிலைக்கு திரும்புகள். இந்த பயிற்சியை 5 முறை செய்யுங்கள் (முதுகு வலியிலும், இதயக்கோளாறுகளால் பாதிக்கப்பட்டவர்கள் இந்த ஆசனத்தை செய்யவேண்டாம் என கேட்டுக்கொள்ளப்படுகிறார்கள்).

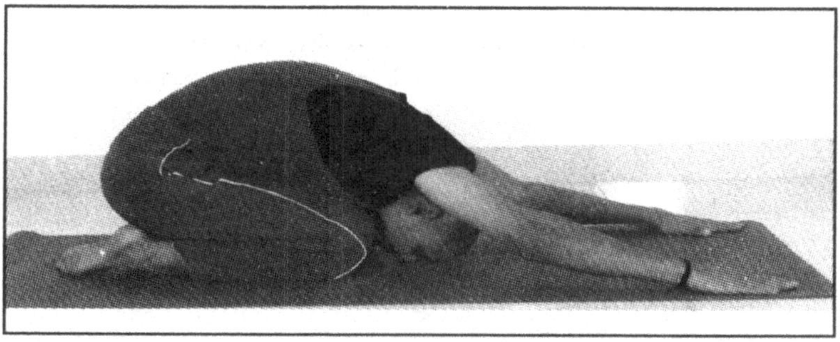

10. ஹாஸ்ய - யோகா (சிரிப்பு)

உங்களுடைய கண்கள் கண்ணீரால் நிரம்பும்வரை வெளிப்படையாகவும் சத்தமாகவும் சிரியுங்கள் , ஏன்எனில் சத்தமாக சிரிக்கும்போது நமது 600 தசைகளுக்கும் நாம் பயிற்சி அளிக்கிறோம்.சிரிப்பது நமது நோய் எதிர்ப்பு சக்தியை அதிகரிக்கச் செய்கிறது. ஓவ்வொரு முறை சிரிக்கும்போது நாம் ஆக்ஸிஜனை நிறைய உள்ளிழுக்கிறோம், அது இரத்தத்தையும் சுத்தப்படுத்துகிறது. இது நமது முகத்திற்கு பொலிவூட்டுகிறது.

யோகா பயிற்சி செய்யும் காலத்திற்கான நிலையான உணவு முறை விளக்கப்படம்:

1. இரத்தத்தை சுத்திகரிக்கும் பிட்டர் கோர்ட் சாப்பிடுங்கள்.
2. புரோட்டின் உள்ள முளைவிட்ட தானியங்களை சாப்பிடுங்கள்.
3. தினமும் 14 கிளாஸ் தண்ணீரையாவது குடியுங்கள்.
4. பச்சைக் காய்கறிகள், பழங்கள் மற்றும் விட்டமின் சி உள்ளவற்றை சாப்பிடுங்கள்.
5. சூரியக்கதிர், பரபரப்பு , கவலை , கோபம் ஆகியவற்றை தவிர்த்திடுங்கள்.

◆◆◆

4
உணவுமுறை

இந்த உலகத்தில் வாழும் உயிரினங்கள் ஒவ்வொன்றும் நோயால் பாதிக்கப்படுகின்றன.ஒருப்க்கம் விலங்குகள் நோயுற்று இறந்துவிடுகின்றன. மற்றொரு பக்கம் , தங்களது நோய்களைப் பற்றி பேச முடிகிற மனித இனத்தால் அவற்றின் அற்குறிகளைப் பொறுத்து பல்வேறு சிகிச்சை முறைகளை தேடிக்கொள்கின்றனர்.

ஒவ்வொரு இடமும் அதற்குரிய உணவு முறைகளையும் , உணவுப் பழக்கங்களையும் கொண்டிருக்கிறது.உதாரணத்திற்கு, தமிழ்நாடு, பீகார் , ஓரிஸ்ஸா, உத்திரப்பிரதேசம் , ஹிமாச்சல பிரதேசம் ஆகியவற்றில் அரிசியில்லாமல் உணவு என்பது சாத்தியமில்லை. பஞ்சாப், ஹரியானா , மேற்கு உத்திரப்பிரதேசத்தில் கோதுமை ரொட்டி(சப்பாத்தி)உணவுக்கு அத்தியாவசியமானது .நமது உணவு மனரீதியான , உடல் ரீதியான , உணர்ச்சி ரீதியான ஆரோக்கியத்தில் நேரடி தாக்கம் செலுத்துகிறது. பருநிலைகேற்ப உணவு உண்ணுதலே வாழ்வின் அடிப்படை ஆதரமாகும். ஒரு ஆரோக்கியமான மனிதனின் உணவில் உள்ள உட்பொருட்கள் என்னவென்று சிந்திப்பது ஒரு நல்ல சிந்தனையாகும்.நிறைய ஆலோசனை களுக்குப்பின்னர், குளிர்கால உணவு கோடைகால உணவிலிருந்து முற்றிலும் மாறுப்பட்டது என இந்த உணவுமுறை உருவாக்கப்பட்டுள்ளது. மழைக்கால உணவு இன்னும் மாறுப்பட்டது என இந்த உணவு முறை உருவாக்கப்பட்டுள்ளது. மழைக்கால உணவு இன்னும் மாறுபட்டது. காலைநேர உணவு கூட மதிய நேர உணவிலிருந்து மாறுபட்டுள்ளது. உணவு பிரம்மச்சர்யத்தோடும் தொடர்பு கொண்டுள்ளது. கோடைக்காலம் நமது உடலுக்கு நிறைய பிரச்சினைகளை கொண்டு வருகிறது. இந்த வெப்ப அலைகளோடு போராட இயற்கை நமக்கு பல உயர்ந்த பரிசுகளை வழங்கியிருக்கிறது. உணவைப் பொறுத்தவரை, பருவ நிலைகளின் அடிப்படையில் நமது உடல் மூன்று நிலைகளில் செயல்படுகிறது . அவை, சங்ரா, விஸ்தார் மற்றும் ஷாந்த்.

சங்ரா என்றால் மேலும் மேலும் அதிகமான உணவை செரிமானம் செய்கின்ற திறன் குளிர்காலத்தில் அதிகமான உணவைக்கூட குளிர்காலத்தில் சுலபமாக செரிமானம் செய்துக்கொள்ளமுடியும்.ஆனால் , கோடைக்காலத்திலோ இந்தத் திறன் குறைந்துவிடுகிறது. விஸ்தர் என்றால் உணவு செரிக்கப்படுவதன் ஒன்றுபடுதலும், ஒன்றினைப்பும் ஆகும்.மூன்றாவது நிலையான ஷாந்த் என்றால் கடைசி நிலை. இந்தக் கட்டத்தில் நாம் நிறைய திரவ உணவு எடுத்துக்கொள்ள வேண்டும்.

கோடைக்காலத்தில் திரவ உணவு உதவிகரமானது. உணவு மற்றும் திரவத்தின் சரியான கலவை வெப்பத்தோடு போராட நமக்கு உதவுகிது. தண்ணீர் எப்போதுமே நல்லதுதான் ஆனால் அது மினரல்கள் எலக்ரோலைடு சேர்த்து

அருந்தப்படுவது நல்லது. வாசனை உணவுகள், சாக்லேட், ஆல்கஹால், டீ, காபி, எண்ணெய் அல்லது நெய் போன்றவற்றை உணவில் சேர்ப்பதை கோடைக்காலத்தில் நாம் தவிர்த்துவிடவேண்டும். கோடைகாலத் தின்போது 14, 16 கிளாஸ் தண்ணீரையாவது நாம் குடிக்கவேண்டும். நிறைய சீனப் பழங்கள், தர்பூசனி, மாம்பழம், சாத்துக்குடி, மோர், எலுமிச்சை மற்றும் இளநீரை சாப்பிடுங்கள். ரோஸ் பானம், லஸ்ஸி, வெள்ளரி, ஆகியவையும் மிகவும் நல்லவையாகும். இவை நமது நோய் எதிர்ப்பு சக்தியை மேம்படுத்தும் எதிர் உயிரகத்தை வழங்குகிறது. நாம் ஆரோக்கியமாக இருக்கவேண்டும் என்றால் நமக்கு போதுமானஉணவு, தூக்கம் ஆகியவையும் பிரம்மச்சரியமும் தேவை என யோகாவில் எழுதப்பட்டுள்ளது.

தானியங்களை கடவுளிடமிருந்து கிடைத்த அருளாகவும், உணவை அலட்சியப்படுத்துவது அதிகப்பட்ச தண்டனைகுரியதாகவும் இந்திய யோகா கருதுகிறது. ஒவ்வெரு மதமும் நமது ஆரோக்கியத்திற்காகவும், முறையான உணவிற்காகவும் கடவுளுக்கு நன்றி செலுத்துகிறது. நமது பசியை திருப்திபடுத்துவதற்காக மட்டுமே நாம் உணவுண்பதில்லை, நமது மென்னுணர்ச் சிகளை திருப்திபடுத்துவதற்காகவும்தான்.

கோடைகாலத்தில் பின்பற்ற வேண்டிய உணவு முன்னெச்சரிக்கைகள்:

1. உங்கள் பழங்களையும், காய்கறிகளையும் சாப்பிடுவதற்கு முன்பு நன்றாக கழுவுங்கள்.
2. திறந்தவெளியில் விற்கும் பண்டங்களை சாப்பிடாதீர்கள்.
3. உங்கள் உணவு முறையோடு தினமும் எலுமிச்சை நீரை சேர்த்துக்கொள்ளுங்கள்.
4. முழு நாளைக்கும் ஒரு டீஸ்பூனுக்கு மேல் எண்ணெய் சேர்த்துக்கொள்ளாதீர்கள்.
5. நார்ச்சத்துள்ள பழங்களை மட்டும் சாப்பிடுங்கள்.
6. நாட்பட்ட உணவையோ அல்லது புதிதாக இல்லாத உணவையோ சாப்பிடாதீர்கள்.
7. வாரத்திற்கு ஒரு முறையாவது விரதமிருங்கள்.
8. மைதா , சர்க்கரை ,குளிர்பானங்கள் ,ஜாம் , போன்றவற்றை தவிர்த்திடுங்கள்.
9. உணவு இயற்கையானதாகவும் செய்முறைக்கு உகந்ததாகவும் இருக்கவேண்டும்.
10. சிறிய இடைவெளிவிட்டு உணவு உண்ணுங்கள்.

நமது இயற்கையையும், வாழும் உயிரினங்களையும் பாதிக்கின்ற வழக்கமான மாற்றங்கள் ஒவ்வொரு வருடமும் ஏற்படுகின்றன. இந்த மாற்றம் நமது உணவுப் பழக்கங்களையும், வாழ்முறையையும் கூட பாதிக்கிறது.

குளிர்காலத்தில் மிகவும் வறண்ட, குளிர்ச்சியான காலநிலை நிலவுகிறது .நமது உட்புறக் கூறுகளாக வாய், பித்தம், கபம், ஆகியவற்றுக்கு மிகவும் நன்மை பயக்கின்றபோது நமது வலுவான செரிமானத் திறனுக்கு இதுவே உகந்த காலம். குளிர்ச்சியான வெப்பநிலை ஜலதோசம், இருமல், காய்ச்சல், தலைவலி, போன்ற பொதுவான நோய்களை கொண்டுவருகிறது, ஆனால் நமது உணவுப் பழக்கங்களை கட்டுப்படுத்துவதன் மூலம் அவற்றை விரட்டிவிட முடியும்.

இந்த பருவநிலையில் குளிர் பானங்கள், ஐஸ்கிரீம்கள், நன்கு வறுத்த உணவு, பாலில் செய்த பண்டங்கள், எண்ணெய் உணவுகள் ஆகியவற்றை சாப்பிடாதீர்கள். ஏலக்காய், பூண்டு, வெங்காயம், வாசனைத் தேநீர், மூலிகைத் தேநீர் மற்றும் சில சூடான பானங்களை சாப்பிடுங்கள். ஜலதோஷம் இருமலிருந்து நம்மை காக்கின்ற விட்டமின் பி. யைத் தரும் ஆரஞ்சுப் பழங்கள், எலுமிச்சை, கேரட்

போன்றவற்றை சாப்பிடுங்கள். காலை நேர சூரிய ஒளி நமக்கு விட்டமின் டியைத் தருகிறது, அது வாதநோயால் பாதிக்கப்பட்டவர்களுக்கு உதவும், கோதுமை, நிலக்கடலை, அவரைவிதை போன்ற விதைகள் மிகவும் பயன்மிக்கவை. அவை அதிக கலோரி உள்ளவை என்பதால் நமது உடல் சூட்டை பாதுகாக்கும்.

ஆகவே, ஒருவர் வெப்பநிலையை மனதில்கொண்டு உண்பாரேயானால் இந்த வகையான உணவு ஆரோக்கியமானதும், நன்மையும் ஆகும். நவீன வாழ்வில் பருவநிலைக்கு ஏற்ற உணவை நாம் உண்பதே ஆரோக்கியமான வாழ்வதற்கு வழிவகுக்கும்.

◆◆◆

5
விரதமிருப்பதற்கு அறிவியல்பூர்வ காரணங்கள்

நம்மை நாமே ஆரோக்கியமாகவும் , அழகாகவும், நோயின்றியும் பாதுகாத்துக்கொள்ள வேண்டியது அவசியம்.கண்ணாடி போன்ற உடல் நன்றாக இல்லையென்றால் ,அதன் பிம்பமும் முறையாக இருக்காது.நாம் நமது உடலிலிருந்து அதிகப்படியான உழைப்பை எடுத்துக்கொள்ளும்போது தூக்கம், தலைசுற்றல், சோர்வாக, உணர்கிறோம்.எனவே ஓய்வெடுக்க வேண்டியது மிகவும் அவசியம்.அதேபோல் நமது செரிமான அமைப்பில் அதிக அழுத்தத்தையும் ,சுமையும், கொடுப்பதால் ஒய்வு தேவைப்படுகிறது. அதனால்தான் விரதமிருப்பதும் அவசியமாகிறது.

விரதமிருப்பதை விட சிறந்தமுறை எதுவுமில்லை.விரதமிருக்கும்போது நமது உட்புறத்தூய்மை தூண்டப்படுகிறது,அம்முறையிலேயே நம் செரிமான அமைப்பிற்கு ஓய்வு கிடைக்கிறது.ஆகவேதான் நமது துறவற முன்னோர்கள் விரதமிருப்பதை அவசியமாகவும், மதத்தில் முழுமைப் பகுதியாகவும் உருவாக்கினர்.இதன் முக்கியத்துவத்தால்தான் அமாவசையிலும் பௌர்னமியிலும் விரதமிருந்தனர். இந்த எல்லாவிதமானவற்றின் பின்னாலும் இருக்கின்ற ஒரே விஷயம் நமது செரிமான அமைப்பிற்கு ஒய்வை வழங்குவதேயாகும்.இது ஒரு இயந்திரத்தை திறன்மிக்க ,போதுமான பயனை வழுங்குவதற்கு நேரத்திற்கு நேரம் நாம் பராமரிப்பது போன்றதுதான்.

நாம் முழுநாளிலும் வேலைசெய்துவிட்டு இரவில் தூங்கவில்லை என்றால் அடுத்த நாள் நாம் சோர்வாக இருப்போம்.அதே போலத்தான் வழக்கமாகவும், தொடர்ச்சியாகவும் சாப்பிடுவது நமது செரிமான அமைப்பை பழுதடைய செய்துவிடுகிறது.

இயற்கை வைத்தியமும், யோகா குருக்களும் நமது வயிறே எல்லா நோய்களுக்கும் மூலகாரணம் என நம்புகிறது.நாம் சாப்பிடுவது முதலில் வயிற்றுக்குதான் செல்கிறது. முதல் செரிமானத் தளத்திலிருந்து ,நமது கல்லீரலுக்கு எடுத்துச்செல்லப்படும் ஊட்டச்சத்துக்கள் உறிஞ்சப்படும் உணவுக்குழாய்க்கு அது சென்றுசேர்கிறது. இந்த திரவத்திலிருந்து கல்லீரல் இரத்ததை உருவாக்கி நமக்கு வாழ்வு அளிக்கிறது.

நாளுக்கு ஒருமுறை உண்பதால் அரைவிரதம் மேற்கொள்ளப்படுகிறது. மதிய உணவு சாப்பிட்டுவிட்டு, இரவு உணவை துறந்துவிடுவது இரவு முழுவதும் நமது செரிமான அமைப்பிற்கு ஒய்வை வழுங்குகிறது.முழுமையான விரதத்திற்கு, அந்த நாளில் நீங்கள் எதையும் சாப்பிடக்கூடாது. நீங்கள் சோர்வாக உணர்ந்தால் ஒரு கிளாஸ் எலுமிச்சைத் தண்ணீரையும், ஒரு டீஸ்பூன் தேனையும் எடுத்துக் கொள்ளுங்கள். இத்தகைய கலவை நாளுக்கு மூன்றுமுறை எடுத்துக்கொள்ளப்

படலாம். மாதத்திற்கு இரண்டு முறையாவது விரதமிருக்கவேண்டும் என்பது யோகா குருக்களின் பார்வையாகும்.விரதத்தை துவக்கும்போது நீங்கள் மிகவும் கவனமாக இருக்கவேண்டும்.

அடுத்து வரும் நாளில் கொஞ்சமாக காலை உணவு சாப்பிடுங்கள். ஒருநாள் விரதம் நமது உணவுக்குழாயை புண்ணாக்குவதற்கு காரணமாகிறது. எனவேதான் இலேசான உணவுகளான பழச்சாறு போன்றவற்றை சாப்பிடுவது நல்லது.

சிறிய நோய்களை விரதத்தால் மட்டும் குணமாக்கமுடியும். உதராணத்திற்கு, காய்ச்சல், தலைவலி, ஜலதோஷம், இருமல், போன்றவை உங்கள் உடல் இயல்பிற்கு ஏற்றப்படி குளிர்ந்த நீரையோ அல்லது காய்ச்சிய நீரையோ சாப்பிடுங்கள். வயிறு சுத்தமாக இருந்தால் நோய் பறந்துவிடும்.உங்கள் வயிறு சரியில்லை என்றால் அரை விரதமாவது இருங்கள். “வரும் முன் காப்போம்” இதுவே இந்த முறைக்கு சரியான பழமொழி.

◆◆◆

6
சிந்தியுங்கள்... மூழ்காதீர்கள்

நாம் பிரச்சினைகளை சந்திக்கும்போது இரண்டு விஷயங்கள் நடக்கின்றன. போராடுவது,தப்பிப்பது. இந்த இரண்டு நிலைகளில் ஒன்றை எதிர்கொள்வதற்கு நமது வலுக்கட்டாயமான செயல்பாடுகள், நமது உடலை இரத்த அழுத்த அதிகரிப்பு, வேகமான இதயத்துடிப்பு,தசைகளில் இறுக்கம் போன்று முன்னோக்கிய முறைகளில் தயார் செய்கிறது.சிலநேரம் நமது வாழ்வில் அழுத்தம் அதிகரிக்கிறது,இந்த நிலைகள் உடல்ரீதியாகவோ, மனரீதியாகவோ தொடர்ந்தால் நமது முக்கியமான உடல்உறுப்புகள் மெதுவாக பலவீனம் அடையத் தொடங்குகின்றன.

வார்ட்டன் டெம்பிள் சரியாகவே கூறியுள்ளார், "பிறக்கும்போதும் அழுகிறோம், குற்றங்கூறி வாழ்கிறோம் முடிவில் விரக்தியடைந்து சாகிறோம்". யோகிகளின் கூற்றுப்படி நிகழ்காலத்தில் வாழ்பவர்கள் உண்மையில் மகிழ்ச்சியோடு வாழ்கிறார்கள், ஏனெனில் கடந்த காலத்தில் நிகழ்ந்த நன்மை தீமை எதுவாயினும், நிகழ்காலத்தில் வரக்கூடியது எதுவாயினும் அது முக்கியமில்லை.

மனஅழுத்தத்தை குறைப்பதற்கான நடைமுறை வழிகள்:

1. **"முடியாது" என்று சொல்ல கற்றுக்கொள்ளுங்கள்** - சூழ்நிலைக்கு ஏற்ப "முடியும்" "முடியாது" என்பதை முடிவு செய்யுங்கள். மற்றவர் கண்களுக்கு நல்லதாகப் படுகின்றது என்பதற்காக எப்போதும் முடியும் என்று சொல்லாதீர்கள். உங்கள் வழியில் வருபவர் யாராக இருந்தாலும் அவரை உங்களோடு தொடர்புபடுத்திக் கொள்ளாதீர்கள்.

2. நேரத்தை சரியாக பயன்படுத்த கற்றுக்கொள்ளுங்கள் - நமக்கு செய்வதற்கு எவ்வளவோ இருந்தாலும் நமது வேலைக்கே நாம் முக்கியத்துவம் கொடுக்க வேண்டும். வேலையை முடிப்பதற்கான காலக்கெடுவை நாம் முடிவு செய்துவிட்டால் இது மிகவும் சுபம்.

3. புத்துணர்ச்சியடைய நேரம் ஒதுக்குங்கள் - உங்களை மகிழ்விப்பதாக நீங்கள் எதை கருதுகிறீர்களோ அதைச் செய்யுங்கள். உங்களுக்கு தேவையான வழியில் வாரத்திற்கு ஒரு முறை உங்களுக்கு தோன்றுவதை செய்யுங்கள்.

4. அவசரத்தை தவிர்த்திடுங்கள் - பணிபுரியும்போது அவசரத்தையும், விரைவாக செய்வதையும் எப்போதுமே தவிர்த்திடுங்கள்.

5. விபத்துக்கள் கூட வரமாகலாம் - எந்த ஒரு மோசமான அனுபவத்திலிருந்தும் ஊக்கம் பெறுங்கள் அதாவது சாதகமாக சிந்தியுங்கள். உதாரணத்திற்கு,கோஸ்வாமி துல்சிதாஸ் தனது மனைவியின் வசவுகளை சாதகமாக எடுத்துக்கொண்டே "தி ராமச்சரித்மனஸ்" போன்ற காப்பியங்களை எழுதினார்.

6. இயற்கையோடு இசைந்து வாழுங்கள் - உண்மையான உணர்ச்சியில் என்ன இருக்கிறது.ஒவ்வொருவரும் தங்கள் வாழ்வை வாழ்கின்றனர். தத்துவாதியான

திஸ்ராவலி கூறினார், "உங்களைச் சுற்றி நல்ல பண்பு நிறைந்த மனிதர்கள் இருக்கும்படி வாழத்தெரிந்துக்கொள்ளுங்கள் ." இந்த முறையில் உங்கள் வாழ்வை கொண்டு செல்ல முடியும்.

7. பயத்தை தவிர்த்திடுங்கள், சாதகமாக சிந்தியுங்கள் - உங்கள் திறமையை வளர்த்துக்கொள்ளுங்கள். சிந்தனை மிக்கவராகவும், உங்கள் உள்ளிருக்கும் சாதகமான அம்சங்களோடு இசைவாக்கிக்கொள்ளவும் முயற்சி செய்யுங்கள்.

8. சரியான வழியில் உங்கள் கோபத்தை தவிர்த்திடுங்கள் - மருத்துவ அறிவியலின்படி கோபப்படுவதைக் காட்டிலும் மோசமான உணர்ச்சி வேறு எதுவுமில்லை. ஆகவே, முடிந்தவரை உங்கள் கோபத்தை தவிர்த்திடுங்கள். சரியான வழியில் உங்கள் கோபத்தை விட்டுவிடுங்கள்.

யோகாவின் மூலம் நமது உடல்திறன், வலிமை திறன் மற்றும் நீண்ட வாழ்நாளை அதிகரிக்கச்செய்வது மகிழ்ச்சியான, மனநிறைவான வாழ்க்கையை வாழாலம்.யோகா, ஷை-அத்சு, தியனாம், தண்டன் பிரனாயம், முத்ராக்கள், ஆசனங்கள் ஆகியவை நமது வாழ்க்கையில் மனஅழுத்தமற்றவராக நம்மை வைத்திருக்கிறது.

ஹை -அத்சு சிகிச்சை:

ஹை-அத்சு என்பது ஒரு ஜப்பானிய வார்த்தை, ஹை - என்றால் விரல், அத்சு என்றால் அழுத்தம்.நமது சக்தியின் அனைத்து வழிகளையும் இந்த தெரபியில் நாம் பயன்படுத்து கிறோம். சௌகரியமாகவோ பத்மாசனப்படியோ உட்கார வேண்டும். பின்னர் வலது கை கட்டை விரல் அல்லது விரலால் இடது உள்ளங்கையை 5முதல் 10 நொடிகளுக்கு அழுத்த வேண்டும். இதையே மற்றொரு உள்ளங் கையிலும் திரும்பச் செய்ய வேண்டும். இதை காலை மாலை இரண்டு என்று நாளுக்கு இரண்டு முறையாவது பயிற்சி செய்ய வேண்டும். மற்றொரு பயிற்சியில் கட்டை விரலுக்கும், சுட்டுவிரலுக்கும் இடையே உள்ள வலதுகையை மசாஜ் செய்கிறோம். இதை இரண்டு கைகளிலும் செய்யுங்கள். இது மன அழுத்ததிற்கான மருந்தைப்போல் செயல்படுகிறது.

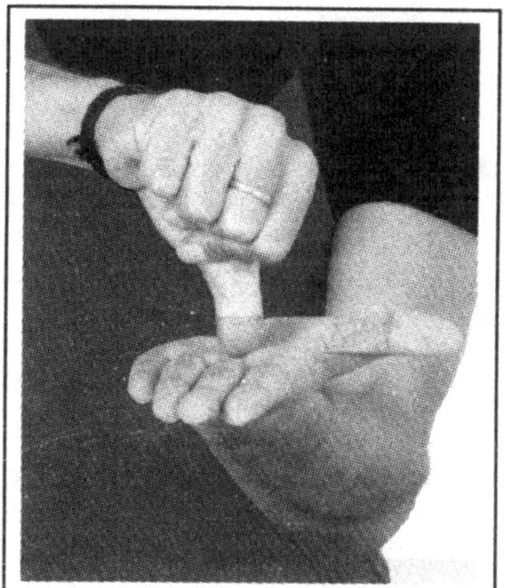

தண்டன் அல்லது அஜ்காரி முத்ரா:

தண்டன் என்பதும் ஒரு ஜப்பானிய வார்த்தையே , அது நமது சுவாசத்தின் மூலதாரப் புள்ளியான தொப்பூழ்கொடியை குறிக்கிறது. இது யோகாவில் அஜ்காரி என்றும் அழைக்கப்படுகிறது. பத்மாசனம் அல்லது சுகாசனப்படி சௌகரியமாக உட்கார்ந்துகொள்ளுங்கள். பின்னர் பலூன் போன்று உங்கள் வயிற்றை

நிரம்பும்விதமாக இரண்டு நாசித்துவாரங்களாலும் மூச்சை உள்ளிழுங்கள். உங்கள் திறனுக்கேற்ப அந்த நிலையை அப்படியே வைத்திருங்கள். உங்கள் கைகள் உங்களுடைய இரண்டு முட்டிகளிலும் இருக்கவேண்டும், பின்னர் வயிற்றை உள்ளிழுத்து நாசித்துவாரங்களின் வழியை காற்றை வெளியிடுங்கள். இது ஒரு சுற்று இதை தினமும் 10 முதல் 15 சுற்றுக்கள் வரை செய்யுங்கள். இந்தப் பயிற்சியினால் நாம் நமது பொறாமை, தூக்கமின்மை, மனஅழுத்தம், கோபம் ஆகியவற்றை கடந்து விடலாம்.

குறிப்பு: தண்டன் பயிற்சி செய்யும்போது நமது கழுத்தின் பின்பகுதி நேராக இருக்கவேண்டும். கண்கள் மூடப்பட்டிருக்கவேண்டும் என்பதோடு, நமது முழு கவனமும் மூச்சை உள்ளிழுப்பதிலும், வெளியிடுவதிலும் இருக்கவேண்டும். இதயக்கோளாலும் உயர் அழுத்தம் பாதிக்கப்பட்டுள்ளவர்களும் திறமையான குருவின் வழிகாட்டுதலில் இந்த தண்டன் பயிற்சியை செய்யவேண்டும்.

சசாங்-ஆசனம்:

சசாங் அல்லது முயல் இந்த நிலையிலேயே உட்காருவதாலும் தூங்குவதாலும் இது சசாங்காசனம் எனப்படுகிறது.

தரையில் வஜ்ராசனப்படி உட்காருங்கள், ஆழமாக சுவாசித்து உங்கள் கைகளை முன்னோக்கி நீட்டுங்கள். இப்போது மூச்சை வெளிவிடுங்கள், முன்னால் வளைந்து, முன்னாலிருக்கும் தரையில் உங்கள் உள்ளங்கைகள் தொடும்படி வையுங்கள். அதேபோல் உங்கள் முன்னந்தலையையும் வையுங்கள்,

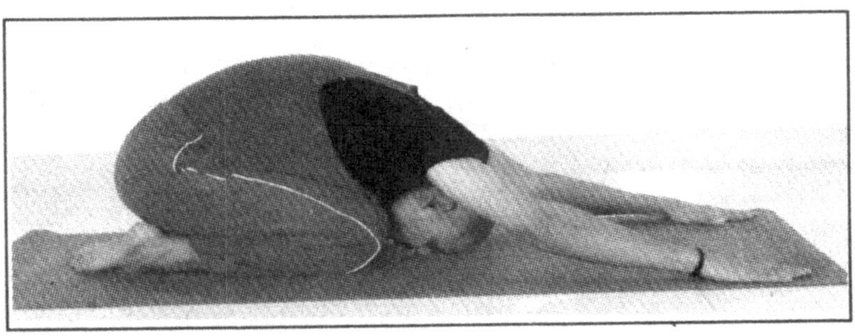

சுவாசித்தலை சாதாரணமாக வைத்துக்கொள்ளுங்கள். நாம் இந்த நிலையில் கொஞ்சநேரம் இருந்தபிறகு பழைய நிலைக்கு திரும்ப வேண்டும். இந்த பயிற்சியை தினமும் ஐந்து முறை செய்யுங்கள்.

பலன்கள்: இந்த ஆசனத்தால் நமது மனம் அமைதியடைகிறது. கவனக்குறைவு, நெஞ்சுறுதி, கோபத்தை கட்டுப்படுத்துதல், மனச்சமநிலை, அறிவாற்றல் மேம்படுவது, சாதகமான போக்கு ஆகியவை இந்த ஆசனத்தின் பரிசுகளாகும். இந்த ஆசனம் ஆஸ்துமா, இதயக்கோளாறுகள், கல்லீரல் நோய்கள் போன்றவற்றோடு போராட உதவுகிறது. இது முதுகுவலி இருப்பவர்களுக்கும் மிகவும் பயன்மிக்கது. இது முகத்தில் பொலிவையும், புத்துணர்ச்சியையும் தருகிறது. இது பெண்களக்கு மிகவும் பயன்மிக்கது.

குறிப்பு: மூட்டு நழுவல் பிரச்சினை உள்ளவர்கள், கர்ப்பினிப்பெண்கள், வாதநோய் உள்ளவர்கள் முறையான ஆசிரியர் இன்றி இதை பயிற்சி செய்யக்கூடாது;

சந்த்ராபேதி பிராணயம்:

பத்மாசனப்படியோ, சௌகரியமாகவோ உட்காருங்கள், உங்கள் முதுகு, கழுத்து, தலை ஆகியவை நேராக இருக்கவேண்டும். கியான் முத்ராவில் இருப்பதுபோல் உங்கள் இடது கையை இடது கால் முட்டியில் வைத்துக் கொள்ளுங்கள். உங்களது வலது நாசித்துவாரத்தை வலது கட்டைவிரலைக்கொண்டு

மூடுங்கள் இப்போது உங்கள் நாசித்துவாரத்தால் மூச்சை உள்ளிழுங்கள், முடிந்த வரை மூச்சை பிடித்து வைத்துக்கொண்டு, இடது நாசித்துவாரத்தை மூடிவிட்டு வலது நாசித்துவராத்தால் உங்கள் மூச்சை விடுங்கள்- இந்தச் சக்ராவை முறைந்தது பத்து முறையாவது செய்யுங்கள்.

பலன்கள்: இந்தப் பிராணயம் மன அழுத்தம் ,உயர் இரத்த அழுத்தம் மற்றும் அசிடிட்டி போன்ற எல்லாவற்றிற்குமான மருந்து போன்றது.

குறிப்பு: ஆஸ்துமா, குறைந்த இரத்த அழுத்தம் உள்ளவர்களும், குளிர் காலத்திலும் இதைச் செய்யவேண்டாம்.

தியான முறை: தியானம் என்ற வார்த்தையின் வேர் சரியான சிந்தனை

என்பதைக் குறிக்கும். "தியேயா" என்ற சமஸ்கிருத சொல்லில் உள்ளது.

முறை: பத்மாசனப்படியோ அல்லது ஓம் மந்திர தியான முறைப்படியோ உட்காருங்கள்.ஜியான் முத்ராப்படி கண்களை இரண்டு கைகளாலும் மூடுங்கள் (சுட்டு விரலின் நுனி கட்டைவிரலை தொட்டுக்கொண்டிருக்கும்படி). முதுகு, கழுத்து, தலை ஆகியவை நேராக இருக்கவேண்டும். தசைகளை தளர்வாக வைத்து, உங்கள் உடலை அசைக்காமல், ஆழமாக மூச்சை உள்ளிழுத்து ஓம்-ஓம் என தொடர்ச்சியாக சொல்லிக்கொண்டிருங்கள். ஓம் என்ற உச்சரிப்பிலேயே கவனம் செலுத்துங்கள். 5 நிமிடங்கள் தொடங்கி அதை மெதுவாக 20 முதல் 25 நிமிடங்கள் வரை அதிகரிக்கச் செய்யுங்கள்.

பலன்களும், விளைவுகளும் - இந்த ஆசனமானது மன அழுத்தம், மலச்சிக்கல், வாயுத் தொந்தரவுகள், பலவீனம், இதய நோய், கோபம், ஆகியவற்றைக் குறைக்க உதவுகிறது. திக்குவாய்ப் பிரச்சினை இந்த ஆசனத்தை பயிற்சி செய்வதன்மூலம் சரியாகிவிடுகிறது. இது நமது மனதை அமைதிப்படுத்தி நிஜமான அறிவை நமக்கு அளிக்கிறது. இந்த உத்தியின் மூலம் நமது வாழ்வை நாம் எதிர்கொள்ளலாம். இது நமது நரம்புகளை மேம்படுத்துகிறது. நிகழ்காலத்தில் வாழ கற்றுக்கொள்கிறோம். ஓம் என்பது முழு முதற் கடவுளின் பெயர் என்பதால் இதை உச்சரிப்பதன் மூலம் நம்முள் நல்ல குணங்களை ஏற்படுத்த நாம் பிரம்மன், விஷ்னு, மகேசுவரனை வணங்குகிறோம்.

குறிப்பு: திறந்த கண்களுடன் நாம் போதுமான அளவு பயிற்சி செய்தபின்பு, உங்கள் கண்களை மூடி ஜியான் முத்ராவில் அமர்ந்தபடி உங்களுள் கேட்கும் உட்புற ஒலியை கேட்க முயற்சி செய்யுங்கள்.

◆◆◆

7

யோகாவும், உணவு முறைகளும்: ஆஸ்துமா கட்டுப்படுத்துதல்

எல்லோரும் இளமையாகவே இருப்பதற்கு விரும்பினாலும்.ஒரு சிலருக்கு மட்டுமே முறையான உணவு, யோகா, சரியான உழைப்பு, ஓய்வு ஆகியவற்றை முழுமையாகவும் சரியாகவும் செய்யவேண்டும் என்ற இரகசியம் தெரிந்திருக்கிறது. நவீன மருத்துவ அறிவியலில் ஆஸ்துமா ஒரு குணப்படுத்த முடியாத நோய் என்று அலோபதி கூறுகிறது. ஆனால் யோகாவையும்,இயற்கை வைத்தியத்தையும் கொண்டு ஆஸ்துமாவுக்கு சிகிச்சையளிக்க வாய்ப்புள்ளது.

ஆஸ்துமா ஒரு வலிமிகுந்த சுவாச நோய்.சுவாசிப்பதில் பிரச்சினை, சுவாசிப்பதற்கு அதிக அழுத்தம் கொடுக்கவேண்டியிருப்பது, இருமல் மற்றும் பிற அறிகுறிகளே ஆஸ்துமா எனப்படுகிறது. ஆஸ்துமா குணப்படுத்த முடியாதது என்று கூறப்படுகிறது. முதலில் ஆஸ்துமாவை குணப்படுத்துவது பிரச்சினை அல்ல,ஆனால் இந்த நிலை நீடிப்பதும், மருந்து, முறையான உணவு, வாழ்க்கை முறை இல்லாததும் நமது நுரையீரல் கடுமையாக பாதிக்கப்படுகிறது. ஆஸ்துமா ஒரு பரம்பரை நோய். மரபியலில், சில பெண்கள் இந்த நோயால் பாதிக்கப் பட்டிருந்தால், பின்வரும் சந்ததியினர் இந்த நோயால் பாதிக்கப்பட வாய்ப்புள்ளது. இந்த நோய் ஆண், பெண் என்ற பேதமில்லாமல் எல்லோரையும் பாதிக்கலாம்.இது ஆண்களிடத்தில் பொதுவான நோய். ஆஸ்துமாவால் பாதிக்கப்பட்டவர்கள் குளிர் காலத்தில் பனிவிழும்போதும், சில்லிட்டிருக்கும்போதும் ஆஸ்துமா தாக்குதலுக்கு ஆளாகக்கூடியவர்கள். தொண்டை வீக்கம், மார்புச்சளி, இருமல், தூசி, புகை ஆகியவை ஆஸ்துமாவிற்கு 6 முக்கிய காரணங்கள் உள்ளன -

1. மாசுபட்ட சுற்றுச்சூழல்
2. ஒவ்வாமை
3. பரம்பரை
4. உளவியல் பிரச்சினைகள்
5. பலவீனமான நுரையீரல்
6. தொற்று.

ஆஸ்துமா நோயாளிகள் மூச்சை உள்ளிழுப்பதை விட வெளிவிடுவதை மிகவும் சிரமமாக உணர்வார்கள். குளிர்ந்த வெப்பநிலை, குளிர்காற்று ஆஸ்துமா தாக்குதலுக்கு காரணமாகிறது. ஆஸ்துமாவிற்கு முறையான மருந்துகள் இல்லை யென்றாலும், அதை கட்டுப்படுத்தும் சில மருந்துகள் உள்ளன. ஆசனம், சுவாசப் பயிற்சி, தியானம் ஆகியவை யோகாவில் ஒன்றோடொன்று இணைந்தவையாகும். யோகாவிலுள்ள சில பயன்மிக்க ஆசனங்களாவன

1. உத்ராசனம், 2. கோமுகாசனம். 3. சுப்தா வஜ்ராசனம். 4. சூர்ய

நமஸ்காரம் & சுவாசப் பயிற்சிகளான 1. கபால்பதி & 2. சூர்யபேடி பிரணாயம்.

1. கோமுகாசன முறை - நமது உடல் பசுவின் வாய் வடிவம் பெறுவதால் இது கோமுகாசனம் எனப்படுகிறது.

செய்முறை - தரையில் உட்காருங்கள். உங்கள் இடது கனுக்காலை இடுப்புக்கு அருகில் வரும்படியாக மடக்கி வையுங்கள், பின்னர் இடுப்போடு உங்கள் குதிகாலை ஒட்டிக்கொண்டிருக்கும்படி வையுங்கள். இரண்டு கணுக்கால் களையும் மேலும் கீழும் குறுக்காக வைத்துக்கொள்ளுங்கள். இப்போது உங்கள் இடது கையை மடக்குங்கள். உங்கள் முழங்கையை பின்பக்கத்திற்கு மடக்கி மற்றொரு கையை பிடியுங்கள். இந்த நிலையில் கொஞ்சநேரம் நேரம் இருங்கள். முதுகு, கழுத்து மற்றும் தலை ஆகியவை ஒரே நேர்கோட்டில் இருக்கவேண்டும்,

கண்கள் நேர்கொண்டு பார்த்தபடி இருக்க, சுவாசித்தல் வழக்கம்போல் இருக்கவேண்டும். உங்களாள் முடிந்தவரை இந்த நிலையில் இருந்தபிறகு, கால்களையும் கைகளையும் மாற்றியமைத்து அந்த நிலையை மாற்றுங்கள். இதை 3 தடவை செய்யுங்கள்.

பலன்கள் - ஆஸ்துமா மற்றும் டி.பி க்கு இது மிகவும் பயன் மிக்கது. இது நீரிழிவு நோய், பொலிரியா மற்றும் ஆண்களுடைய பாலுறுப்பு நோய்களை குணப்படுத்துகிறது. நாம் இதிலிருந்து ஒரு கையை எடுக்கும்போது அந்தப் பக்கத்திலுள்ள நுரையீரலில் சுவாசிப்பதை அது தடை செய்கிறது. அந்தநேரத்தில் மற்றொரு நுரையீரலில் சுவாசித்தல் அதிகரிக்கிறது, அது நுரையீரலுக்கு அதிக இரத்தத்தை வழங்குகிறது. நமது நுரையீரலில் இரத்தம் ஒடுவதற்கு ஒரு கோடி துளைகள் உள்ளன. இந்த ஆசனம் லுகேரியா மற்றும் மாதவிலக்கு பிரச்சினைகளை தீர்ப்பதோடு,மார்பகத்தை மேம்படுத்தி அதை விரிவடைய செய்கிறது, முதுகு, கழுத்து, கைகள் மற்றும் கால்களை வலுப்படுத்துகிறது.

முன்னெச்சரிக்கை - வாதநோயாளிகள் இதைச் செய்யவேண்டாம் என கேட்டுக்கொள்ளப்படுகிறார்கள்.

குறிப்பு - இதை பயிற்சி செய்யும்போது அவசரப்படவேண்டாம். வஜ்ரா சனப்படி. முறையாக உட்காரமுடிந்தால் மட்டுமே இந்த பயிற்சி செய்ய முடியும்.

2 . சூர்யபேடி பிரா ணய முறை - பத்மாசனப்படி உட்காருங்கள். உங்கள் கண்களை மூடி, இடது கையில் உங்கள் இடது கனுக்கால் மூட்டை பிடித்துக்கொள்ளுங்கள் ,உங்கள் இடது பக்க மூக்கை வலது கை ஆட்காட்டி விரலாலும் மூடிக்கொள்ளுங்கள். உங்கள் இடது மூக்கின் வழியாக ஆழமாகவும், பலமாகவும் மூச்சை உள்ளிழுத்து சுவாசத்தை பிடித்து வைத்துக்கொள்ளுங்கள்.

இப்போது வலது மூக்கை மூடிவிட்டு உங்கள் இடது மூக்கின் வழியாக மூச்சை இழுங்கள். துவக்கத்தில் இதை 15 முறைகளுக்கு செய்யுங்கள்.

பலன்கள் - இந்தப் பிரணாயம் இருமலோடு போராட உதவுகிறது.இது ஆஸ்துமாவுக்கும் உதவுகிறது. இது உடல் சூட்டை அதிகப்படுத்துகிறது, செரிமானத்தை மேம்படுத்துகிறது, வலிமையைக் கூட்டுகிறது.

3. சுப்த்வஜீராசன முறை - உங்கள் கணுக்கால்களை வைத்தபடி உட்காருங்கள். இப்போது அதேபோன்ற முறையில் உட்கார்ந்து, இரண்டு கனுக்கால்களும் கீழிருந்து நமது இடுப்பெலும்பை தொடும் அதே வேளையில்

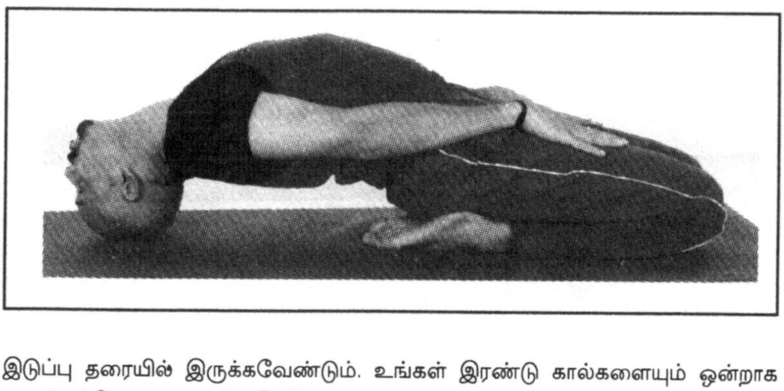

இடுப்பு தரையில் இருக்கவேண்டும். உங்கள் இரண்டு கால்களையும் ஒன்றாக வைத்துக்கொள்ளுங்கள். இப்போது உங்கள் முழு உடலையும் பின்பக்கத்தை நோக்கி வளையுங்கள்.முதுகை மேல்நோக்கி உயர்த்தி உங்கள் தலையின் பின்பகுதி

தரையை தொட்டிருக்கும்படி வையுங்கள். உங்கள் மார்பை நிமிர்த்தி இரண்டு கைகளையும் தொடைகளில் வையுங்கள். இந்த ஆசனத்திலேயே இருங்கள். பின்னர், உங்கள் முழுங்கைகளின் துணையோடு வழக்கமான நிலைக்கு வாருங்கள். இதை குறைந்தது மூன்று முறையாவது செய்யுங்கள்.

பலன்கள் - சுவாசப்பிரச்சினைகள், தொண்டை நோய்கள், கால்கள், முதுகு, முதுகெலும்பு பிரச்சினைகள் இந்த ஆசனத்தால் குணமடையும்.

சுவாசப் பிரச்சினைகள், தொண்டை நோய்கள்,கால்கள், முதுகு, முது கெலும்பு பிரச்சினைகள் இந்த ஆசனத்தால் குணமடையும். நாம் இந்த நோயை உணவுக்கட்டுப்பாட்டாலும், உணவுப் பழக்கங்களாலும் தீர்க்கலாம், மலச்சிக்கலை உண்டாக்கும் உணவை நாம் தவிர்த்துவிடவேண்டும்.நோயுற்றவர்கள் வெள்ளாவியை தொடர்ந்து உள்ளிழுக்கவேண்டும். காய்ச்சிய நீர் அல்லது தேன், இஞ்சி கொண்டு செய்யப்பட்ட சாறுகளை எடுத்துக்கொள்ளவேண்டும். விரத மிருப்பது சிறந்தது.நோயாளிகள் மிளாகாய்ப்பொடி, தயிர், எண்ணெய் பதார்த்தங்கள், குளிர்பானங்கள், மோர் ஆகியவற்றை தவிர்த்துவிடவேண்டும். இம்முறையில் நாம் இந்த நோயை குணப்படுத்தலாம்.

◆◆◆

8
15 நாட்களில் குறட்டைக்குத் தீர்வு

சிலர் தூங்கும்போது தங்கள் வாயிலிருந்து சிறப்பு சத்தம் ஒன்றை வெளியிடுவதை நீங்கள் பார்த்திருக்கலாம், பொதுவாக அது குறட்டை என்று அழைக்கப்படுகிறது. நம் நாட்டில் நம் குடும்பத்தில் ஒருவராவது குறட்டையால் பாதிக்கப்பட்டுள்ளனர்.

குறட்டை விடுவது இதய நோய்கள் இரத்த அழுத்தம், நுரையீரல் மற்றும் தொண்டை நோய்களுக்கு காரணமாகிறது என்பதை ஒருசிலர்தான் அறிந்திருப்பர். இந்த நோயால் பாதிக்கப்பட்டவர்கள் சோர்வு, சோம்பல், இயலாமை, தலைவலி, நடத்தைப் பிரச்சினைகள், உடலுறவில் விருப்பமின்மை ஆகியவற்றை உணர்ந்திருப்பர். தூக்கத்தின்போது நமது சுவாசம் எங்கெல்லாம் தடைபடுகிறதோ அல்லது மூச்சை உள்ளிழுக்கும்போது காற்றோட்டம் தடைபடுகிறதோ அங்கெல்லாம் நமது மென்மையான அன்னம் தடைபடுகிறது. இது கர்-கர் என்ற பலமான சத்தத்தை உருவாக்குகிறது, இதுதான் குறட்டை.

இந்த தடைபடுதலுக்கு மூக்கெலும்பு விரிவடைதல், மூக்கில் சதை வளருதல், அன்னம் நீண்டிருத்தல், அடிநாக்கு சதை விரிவடைதல், பருமனான கழுத்து, சிறுநீர் மற்றும் சிகரெட் போன்ற பிற காரணங்களும் இருக்கின்றன.

குறட்டை விடுதலுக்கு நவீன மருத்துவ முறையில் அறுவை சிகிச்சை செய்வது மட்டுமே ஒரே தீர்வாக உள்ளது. இந்தப் பகுதியில் குறட்டையை 15 நாட்களில் சரிப்படுத்துகிற ஆசனங்கள், செயல்முறைகள் மற்றும் ஜப்பானிய உத்தியான ஷை-அத்சுவைப் பற்றி பார்க்கப்போகிறோம்.

(1) ஷை-அத்சு கலை- பத்மாசனப்படியோ அல்லது சௌகரியமாகவோ

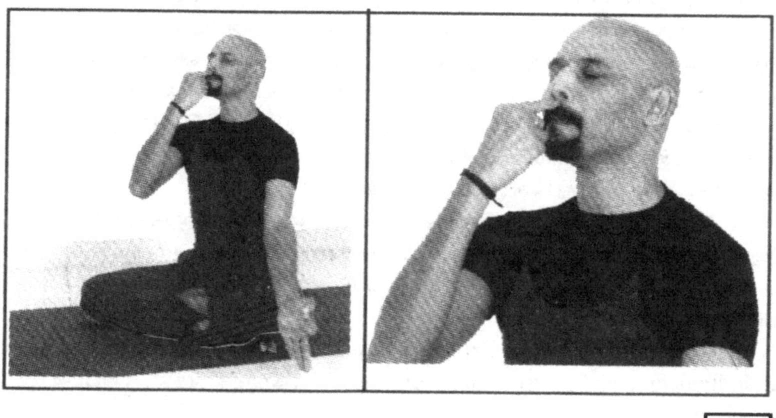

அல்லது நாற்காலியிலோ உட்காருங்கள். உங்கள் கண்களை மூடி, முதுகையும் கழுத்தையும் நேராக வைத்துக்கொள்ளுங்கள். இடது கையை கனுக்கால் மூட்டில் ஞானமுத்ராப்படி வையுங்கள், பின்னர் வலதுகை ஆட்காட்டி விரலிலிருந்து மேல் உதட்டின் நடுப்பகுதியில் மூக்குக்கு கீழே ஒரு நிமிடத்திற்கு அழுத்தம் கொடுக்க வேண்டும்.

பலன்கள் - இது சைனஸ் பிரச்சினை, இருமல் மற்றும் தொண்டை நோய்களுக்கு உதவுகிறது.

(2) சிங்காசனம் - நமது உடல் அமைப்பு சிங்கத்தைப் போல் காணப்படுவதால் இது சிங்காசனம் எனப்படுகிறது.

செய்முறை - வஜ்ராசனப்படி உட்காருங்கள். கனுக்கால்களுக்கு இடையே கொஞ்சம் இடைவெளி விடுங்கள். உங்கள் உள்ளங்கைகளை கனுக்கால் மூட்டில் வைத்து, சிங்கத்தின் விரல்களைப் போல் விரித்து வைத்துக்கொள்ளுங்கள். மூச்சை உள்ளிழுத்து, நாக்கை வெளியே வைத்து சிங்கத்தைப் போல் கர்ஜியுங்கள்,

அதே சமயத்தில் மூச்சை வெளிவிடுங்கள். வாய் முடிந்த அளவு திறந்திருக்க வேண்டும். இதை குறைந்தது 10 முதல் 15 முறைகளாவது செய்யுங்கள்.

பலன்கள் - குறட்டைக்கு சிறந்த ஆசனம். இது தொண்டை, விரல், பற்கள் மற்றும் நாக்கு சம்பந்தப்பட்ட அனைத்து நோய்களையும் குணப்படுத்தும். இந்த ஆசனம் ஒரே நேரத்தில் மூன்று பந்தங்களை சௌகரியப்படுத்துகிறது. அவை மூலபந்தம், உத்தியன் பந்தம், ஜலந்தர் பந்தம். இது தைராய்டு பிரச்சினைக்கும், சரியான உச்சரிப்பின்மைக்கும் சிறந்தது. பாடகர்களாக விரும்புபவர்கள் இந்த ஆசனத்தை தொடர்ந்து செய்துவரவேண்டும்.

(3) வலுவான கழுத்து - வாழ்க்கை முறையை மாற்றுவதன் மூலமும், இந்த கழுத்து வலிமையாக்கும் செயல்முறையை செய்வதன் மூலமும் கழுத்து பருமனைக் குறைத்து குறட்டையை குணப்படுத்தலாம்.

(a) முதல் நிலை:

பத்மாசனப்படியோ சௌகரியமாகவோ உட்காருங்கள். ஆழமாக மூச்சை உள்ளிழுத்து கழுத்து தசையை உட்புறமாக அழுத்துங்கள், அப்படியே

கொஞ்சநேரம் இருந்துவிட்டு சுவாசத்தை வெளிவிடும்போது தசைகளை தளர்த்துங்கள். இது ஒரு சுற்று. இதை பத்துமுறை செய்யுங்கள்.

(b) இரண்டாவது நிலை:

மேலே சொன்னபடி உட்காருங்கள், ஆழமாக மூச்சை உள்ளிழுத்து சுவாசத்தை அப்படியே வைத்திருங்கள், தொண்டையின் அடிப்பகுதியிலிருந்து உங்கள் தாடையைத் தொடுங்கள். இதே நிலையில் உங்களால் முடிந்த அளவு இருந்துவிட்டு திரும்பவும் பழைய நிலைக்கு வாருங்கள் (இது யோகாவில் ஜலந்தர் பந்தம் எனப்படுகிறது). இதை பத்து முறைகளாவது செய்யுங்கள். ஆனால் இதய நோயாளிகள் மற்றும் கழுத்துவலி உள்ளவர்கள் இதைத் தவிர்த்திட வேண்டும்.

(c) மூன்றாவது நிலை:

மேலே கூறியபடி உட்காருங்கள். உங்கள் கழுத்தை கடிகாரச் சுற்றுப்படியும் எதிர் கடிகாரச் சுற்றுப்படியும் 10 முறை திருப்புங்கள்.

(4) உஜ்ஜை சுவாசம்- மேலே சொன்னபடி உட்காருங்கள் உங்கள் கண்களையும் உடலையும் முழுவதமாக தளர்த்திக்கொள்ளுங்கள். உங்கள் தொண்டையில் கவனத்தை வைத்து உங்கள் மூக்குக்கு பதிலாக தொண்டை வழியாக சுவாசிப்பதாக கற்பனை செய்துகொள்ளுங்கள். பின்னர் உங்கள் குரல்வளையை உட்புறமாகத் தொட்டு ஆழமாக சுவாசத்தை உள்ளிழுத்து வெளியிடுங்கள். இதை பத்து சுற்றுக்களாவது செய்யுங்கள்.

பலன்கள் - இந்தப் பயிற்சி தொண்டை நோய்களுக்கும், கரகரப்பான தொண்டை, குரல்வளை, நாக்கு அழற்சி ஆகியவற்றுக்கும் பயன்மிக்கது. இது தைராய்டு மற்றும் பாரா தைராய்டோடு போராடுகிறது, உடல் வெப்பநிலையை சமன்படுத்துகிறது, நமது மூளையையும் நரம்பு மண்டலத்தையும் வலுப்படுத்துகிறது. இது தூக்கமின்மைக்கு சிறந்தது.

குறிப்பு - இதய நோயும் இரத்த அழுத்தமும் உள்ளவர்கள் இதை சரியான வழிகாட்டுதலின்கீழ் பயிற்சி செய்ய வேண்டும்.

(5) கன்ஜன் தியானம் - 'தியான்' என்ற சமஸ்கிருத வார்த்தை சரியான சிந்தனை என்பதைக் குறிக்கும் 'தியா' என்ற வார்த்தையிலிருந்து வந்ததாகும்.

பத்மாசனப்படியோ அல்லது சௌகரியமாகவோ கண்களை மூடியபடி உட்காருங்கள். கியான் முத்ராப்படி கைகளை ஒன்றாக வைத்துக்கொள்ளுங்கள். 'ஓம்' என்ற வார்த்தையை தெளிவாக உச்சரித்தபடி ஆழமாக மூச்சை உள்ளிழுங்கள். அதில் முழுவதுமாக கவனத்தை வைத்து தினமும் பத்து நிமிடங்களுக்காவது பயிற்சி செய்யுங்கள்.

பலன்கள் - 'ஓம்' ஒலியினால் நமது மனதின் உள்ளார்ந்த சக்தி இந்த தியானத்தின் மூலம் விழிப்படைந்து நம்மை முழுவதுமாக குணப்படுத்துகிறது. இந்த 'ஓம்' என்ற உச்சரிப்பில் தொண்டையும் தொடர்புபடுத்தப்படுவதால் இது நம் இதயத்தையும் சேர்த்து நமது இரத்தத்தை சுத்தப்படுத்துகிறது. இது குறட்டையையும் இருமலையும் குணப்படுத்துகிறது. நமது மார்பு மற்றும் தொண்டை தசைகளை வலுப்படுத்துகிறது. இந்த தியானம் நமது மன உடலையும், பிரபஞ்ச உடலையும் நெறிப்படுத்துகிறது. இம்முறையில் நமது விழிப்புநிலையின் உச்ச கவனத்தை நாம் அடையலாம்.

இந்த தியானத்தைத் தொடர்ச்சியாக செய்வது உடல் பருமன், குறட்டை மற்றும் புகைபிடித்தலோடு போராடுவதற்கு உதவுகிறது.

◆◆◆

9
மலச்சிக்கல் மூலநோய்க்கு காரணமாகிறது

"ஆரோக்கியமே செல்வம்" என்று ஆயுர்வேதத்தில் சொல்லப் பட்டுள்ளது. இந்த உடல் இருக்கும்வரை உலகமும் இருக்கிறது. நோயுற்ற உடல் என்பது நேரத்திற்கு சாப்பிடாதது மற்றும் ஊட்டச்சத்தின்மையின் விளைவே. பெரும்பாலான நோய்கள் வயிற்றுப் பிரச்சினைகளோடு தொடர்புடையவை. அவற்றில் ஒன்றுதான் மலச்சிக்கல்.

மாநகரங்களில் வாழ்வு பரபரப்பாகவும், வேகமாகவும் பிரச்சினைக்குரிய தாகவும் இருக்கிறது என்ற உண்மையை மறுப்பதற்கில்லை. மாநகரத்தின் ஏதேனும் ஒரு சாலையை நீங்கள் கவனித்தீர்களேயானால் மக்கள் எதுவும் தெரியாமலே பல்வேறு திசைகளில் ஓடிக்கொண்டிருப்பதை நீங்கள் பார்த்திருக்கலாம். பரபரப்பாக இருப்பது வாழ்வாதாரத்தைத் தருகிறது என்பதால் அது நல்லதுதான். ஆனால் தங்களது தினசரி நடவடிக்கைகளும்கூட நேரமில்லாதவர்களைப் பற்றி என்ன சொல்வது. மக்கள் பரபரப்பாக இருக்கிறார்கள். தங்கள் உண்விற்குக்கூட அவர்களால் முறையான நேரத்தை செலவிட முடிவதில்லை. நாம் சரியான நேரத்திற்கு சாப்பிடவில்லை என்றால் அது மலச்சிக்கலுக்கு வழிவகுக்கும்.

மலச்சிக்கல் என்பது நமது வயிற்றைச் சுத்தப்படுத்தும் வழக்கமான சுழற்சியில் ஏற்படும் தடையாகும். இது நமது குடலில் தடையேற்படுத்தும் மற்றொரு பிரச்சினைக்கு வழிவகுக்கிறது. இது வாயுத்தொல்லைக்கும் சோர்வுக்கும் வழிவகுக்கிறது. மலம் வறட்சியடைந்தால் அதுவும் பிரச்சினையாகிறது. உணவில் நீர்ச்சத்தும், நார்ச்சத்தும் இல்லாதது பாலுறவு நோய்க்கும் மலச்சிக்கலுக்கும் வழிவகுக்கிறது.

மலச்சிக்கலுக்கான காரணங்கள்

(1) சரியான நேரத்தில் உணவு உண்ணாமை.

(2) சுத்தமில்லாத வயிறு.

(3) தழை உணவுகளை சாப்பிடுவது.

(4) புகைபிடித்தல, மது அருந்துதல்.

(5) குறைவாக தண்ணீர் குடித் ல்.

(6) இரவில் நெடுநேரம் கழித்; த் தூங்குதல, உடல் செயல்பாடு போதுமானதாக இல்லாதது.

(7) வாசனை உணவுகளை உட்கொள்ளுதல்.

(8) குழந்தைப் பருவத்திலிருந்து வயிற்றைச் சுத்தப்படுத்தும் மருந்துகளை எடுத்துக்கொண்டிருத்தல்.

(9) மன அழுத்தமுள்ள வாழ்க்கையும் அச்சமும்.

(10) அசைவ துரித உணவுகளை சாப்பிடுதல்.

உணவும் இயற்கை மருத்துவமும்

இந்தியாவில் 90 சதவீத சிறுநீரக நோய்கள் மலச்சிக்கலால் ஏற்படுகின்றன

அல்லது அந்த நோய்கள் மலச்சிக்கலுக்கு காரணமாகின்றன. மலச்சிக்கலால் பாதிக்கப்பட்டவர்கள் முறையான செரிமானத்திற்கு உதவும் வகையில் உணவை நன்றாக மென்று சாப்பிட வேண்டும். இது பற்கள், ஈறுகள், முகத்திலுள்ள தசைகளுக்கு மிகவும் நல்லது. இதுபோன்றவர்கள் போதுமான பச்சைக் காய்கறிகள், நார்ச்சத்துக்கள் உள்ள உணவை சாப்பிட வேண்டும். இது வயிற்றை சுத்தப்படுத்து வதற்கு ஏற்றது. ஆப்பிள் பயறு வகைகள், சூப்கள் போன்றவை மலச்சிக்கலுக்கு சிறந்தது. இரவு உணவுக்குப் பின்னர் நடைப்பயிற்சி செய்வதும் சிறந்தது.

இரவு தூங்குவதற்கு முன்னர் தண்ணீரை வெண்கல பாத்திரத்தில் வைத்திருந்துவிட்டு குடியுங்கள். காலையில் டாய்லெட் போகும் முன்னர் இதையே குடியுங்கள். இது மலச்சிக்கலுக்கு நல்லது. தினமும் 15 முதல் 18 கிளாஸ் தண்ணீராவது குடியுங்கள். நீங்கள் எப்போதும் சாப்பிடுவதைவிட குறைவாக சாப்பிடுங்கள். சாப்பிட்ட பின்னர் குறைந்தது ஒருமணி நேரமாவது தண்ணீர் குடிக்காமல் இருங்கள். கடைசியாக நீங்கள் பரந்த மனப்பான்மை உள்ளவராக இருந்தால் சிறந்த செரிமானத்தினாலும் தூக்கத்தினாலும் மலச்சிக்கல் உங்களை தொந்திரவு செய்யாது.

யோகா வழியாக மலச்சிக்கலை குணப்படுத்துதல்

ஆரோக்கியமான மனிதன் தனக்காக மட்டுமின்றி பிறருக்காகவும் பணிபுரிகிறான் என்று சொல்லப்படுவதுண்டு. நாம் இந்த நோயை யோகாவிலுள்ள ஆசனங்களாலும் முத்ராக்களாலும குண்ப்படுத்தலாம்.

1. வஜ்ராசனம்
2. ஸ்வப்தபவன்முக்த்ராசனம்
3. மயூராசனம்
4. பாஷிமோத்தனாசனம்
5. தனுராசனம்
6. மத்யாசனம்
7. கூர்மாசனம்
8. சக்ராசனம்
9. யோகா முத்ரா
10. அக்னிசார் கிரியா

(1)அக்னிசார் கிரியா - இதனை பத்மாசனம் அல்லது சௌகரியமாக உட்காருதல் அல்லது நின்ற நிலையில் செய்யலாம். உங்கள் இரண்டு கைகளையும் கனுக்கால் மூட்டுக்களில் வைத்து மூச்சை உள்ளிழுத்து வயிற்றை 8-10 முறை உள்ளிழுக்க வேண்டும். இதைச் செய்துவிட்டு வெளிவிடுவதை வேகமாகச் செய்யவேண்டும். உங்கள் சுவாசத்தை அதிகபட்சம் பிடித்துவைத்துக்கொண்டு பின்னர் வெளியிட வேண்டும். மூச்சை வெளிவிட்டபின் மீண்டும் வயிற்றை வெளியே தள்ளி உள்ளிழுத்துக்கொள்ள வேண்டும். துவக்கத்தில் இந்த பயிற்சியை 4-5 முறைகள் செய்ய வேண்டும்.

பலன்கள்- இந்தப் பயிற்சி மலச்சிக்கல் நோயில் ஒரு சஞ்சீவினியாக செயல்படுகிறது. இது மந்தமான வாயுத் தொந்தரவு உள்ள நோய்க்கும் பயன்மிக்கது. இது மாதவிலக்கு பிரச்சினைக்கும், உடல் பருமனுக்கும் பலன்மிக்கது.

குறிப்பு - துவக்கத்தில் அவசரப்படாதீர்கள். இது நீங்கள் உண்வுண்ணாதபோது செய்யப்பட வேண்டும். இதய நோயாலும், உயர் இரத்த அழுத்த நோயாலும் பாதிக்கப்பட்டவர்கள் இதைச் செய்யக்கூடாது.

(2) மயூராசன முறை:

நாம் இந்தப் பயிற்சியை செய்யும்போது நமது உடல் மயில்போலக் காணப்படுவதால் இது மயூராசனம் எனப்படுகிறது.

முறை - தரையில் வஜ்ராசனப்படி உட்காருங்கள், தொடையை தூக்கிவைத்தபடி இடுப்பை முன்னோக்கி வளைத்துக்கொள்ளுங்கள். உங்கள் இரண்டு முழங்கைகளையும் தொப்பூழில் சேர்த்து வைத்தபடி உங்கள் உடலின் முழு எடையையும் அந்தக் கைகளில் வையுங்கள், இப்போது தரையிலிருந்து உங்கள்

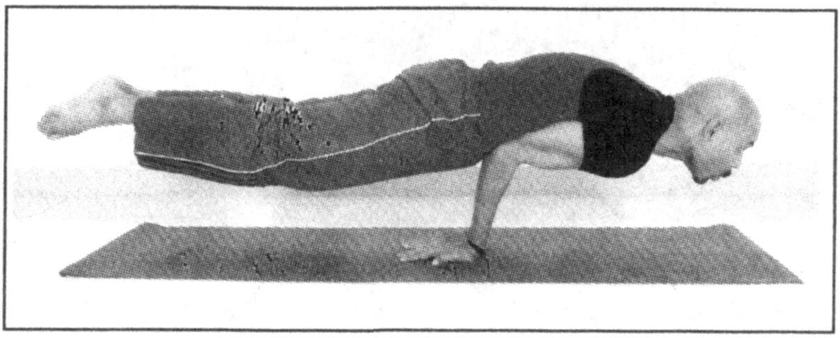

முட்டிகளையும் கால்களையும் உயர்த்துங்கள். இந்தப் பயிற்சியை போதுமான அளவு செய்து முடித்தவுடன் உங்கள் கால்களையும் தலையையும் நேராக வைத்துக்கொள்ளுங்கள். முழங்கைகள் தொப்பூழில் இருக்க வேண்டும். சுவாசம் சீராக இருக்க வேண்டும். இந்தப் பயிற்சியை துவக்கத்தில் 3-5 முறைகள் செய்யுங்கள். அதே சமயம் நாம் இந்தப் பயிற்சியை நமது திறனுக்கேற்ப அதிகரித்துக்கொள்ள வேண்டும்.

பலன்களும் / பயன்களும்

இந்த ஆசனம் வயிற்றுப் பிரச்சினைகள், வயிற்றிலுள்ள புழுக்கள் மற்றும் மலச்சிக்கலை நீக்குகிறது. இது கைகள், கால்கள், முதுகு, இதயம் ஆகியவற்றை வலுப்படுத்துகிறது. இது நமது முகத்தை பளிச்சிடச் செய்வதோடு நம் கண்பார்வையை மேம்படுத்துகிறது. மயில் பாம்பைக்கூட உண்டு செரித்துவிடும் என்று சொல்லப்படுவதுண்டு, அதேபோல இந்தப் பயிற்சியை செய்பவர் விஷத்தைக்கூட உண்டு செரித்துவிடுவார்.

குறிப்பு - இந்தப் பயிற்சியை உயர் இரத்த அழுத்தம், இதயக் கோளாறு உள்ளவர்களும் பலவீனமாக உள்ளவர்களும் வயதானவர்களும் செய்யக்கூடாது. எனவே சரியான வழிகாட்டியின் அறிவுறுத்தல்கள்படி இதைச் செய்ய வேண்டும். இதைச் செய்யும்போது அவசரப்படவும் கூடாது.

(3) யோக முத்ரா முறை - இது குண்டலினி சக்தியை தூண்டுவதற்கு உதவுகிறது. இது நமது பிரதம கடவுளை சந்திப்பதற்கு உதவும் என்று சொல்லப்படுவதுண்டு. ஆகவே இது யோக முத்ரா என்று அழைக்கப்படுகிறது.

முறை - பத்மாசன முறைப்படி உட்காருங்கள். இப்போது இடது முழங்கையை வலதுகையாலும் வலது முழங்கையை இடது கையாலும் பிடித்துக்கொள்ளுங்கள். சுவாசத்தை ஆழமாக உள்ளிழுத்து வெளியிடுங்கள். பிறகு முன்னாலுள்ள தரையில்

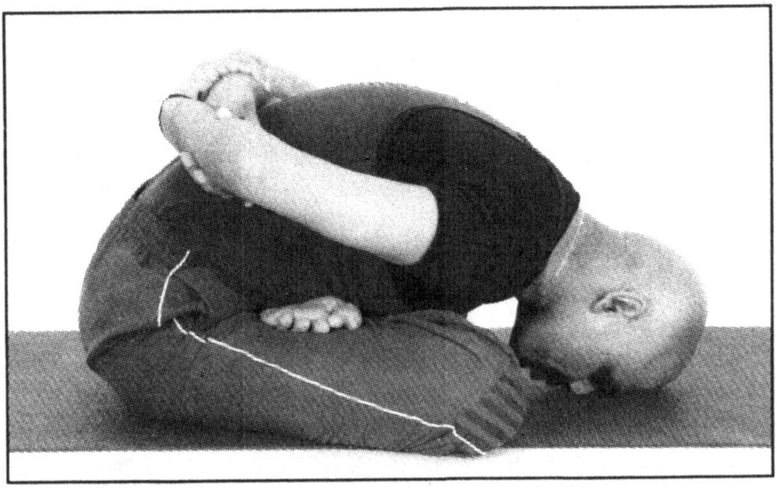

உங்கள் தலையையும் தாடையையும் தொடுங்கள். முன்னோக்கி குனியும்போது சுவாசம் சீராக இருக்க வேண்டும். இந்த நிலையிலேயே சிறிதுநேரம் இருந்துவிட்டு பிறகு திரும்ப வேண்டும். இது ஒரு சுற்று. இதைக் குறைந்தது மூன்று முறையாவது செய்யுங்கள்.

பலன்களும்/பயன்களும் - இது நெஞ்சு, சுவாசம் மற்றும் தொண்டை சம்பந்தப்பட்ட அனைத்து நோய்களையும் குணப்படுத்துகிறது. இது நமது முகம் பொலிவுறுதல் பளிச்சிடுதல் மற்றும் கண்பார்வையை மேம்படுத்துகிறது. இது மூன்றாவது கண்பார்வையை(அக்ய சக்ரா) பெறுவதற்கான தியானத்திற்கு பெரிய

அளவில் உதவுகிறது. இது மன அழுத்தம், தூக்கமின்மை, அல்சைமர் மற்றும் பார்க்கின்சன் நோய்களை குணப்படுத்த உதவுகிறது. இந்த ஆசனம் தியானத்திற்கும் நாம் மகிழ்ச்சியாக இருப்பதற்கும், கவனம் குவிப்பதற்கும் உதவிகிறது. இது செரிமானமின்மை, மலச்சிக்கல், வாயுத் தொல்லைகள், சர்க்கரை வியாதி மற்றும் உடல் பருமனுக்கு சிறந்தது.

குறிப்பு - இந்தப் பயிற்சியை உயர் இரத்த அழுத்தம், இதய நோய் உள்ளவர்கள், கண் கோளாறு உள்ளவர்கள் செய்யக்கூடாது.

(4) வஜ்ராசன முறை - இந்த ஆசனம் நமது வஜ்ர நாடியில் நேரடியான தாக்கமேற்படுத்துகிறது. நமது உடல் கல்லைப்போல் கடினமாகவும் வலுவாகவும் ஆவதால் இது வஜ்ராசனம் எனப்படுகிறது. இஸ்லாத்தையோ புத்த மதத்தையோ பின்பற்றுபவர்கள் இந்த ஆசனப்படி பிராத்தனை செய்கின்றனர்.

முறை - உங்கள் இரண்டு கால்களையும் பின்பக்கமாக வளைத்து வைத்தபடி உங்கள் முட்டிகளில் உட்காருங்கள். இரண்டு கால்களின் கட்டை விரல்களும் ஒன்றை யொன்று தொட்டுக்கொண்டிருக்க வேண்டும். இதேபோன்ற முறையில் உங்கள் பாதங்களை வைத்துக்கொண்டால் உங்கள் இடுப்பு அதனைத் தொட்டுக் கொண்டிருக்கும். இரண்டு கைகளும் உங்கள் தொடையில் இருக்க வேண்டும். முதுகு, கழுத்து மற்றும் தலை ஆகியவை ஒரே நேர்க்கோட்டில் இருக்க வேண்டும். உங்கள் திறனுக்கேற்ப இந்தப் பயிற்சியை செய்யுங்கள். குறைந்தது இரண்டு மூன்று முறையாவது இதைச் செய்யுங்கள், அதே சமயம் கால அளவும் அதிகரித்தபடி இருக்க வேண்டும்.

பலன்கள் - இது செரிமானமின்மை, வாயுத்தொல்லை மற்றும் மலச்சிக்கலை குணப்படுத்துகிறது. இது இரவில் நேரம் கடந்து உறங்குபவர்களுக்கு ஏற்றது. இது இரவு நீண்ட நேரம் கண்விழித்து வேலைசெய்பவர்களுக்கும் மாணவர்களுக்கும்

ஏற்றது. இந்த ஆசனத்தில் நமது ஆற்றல் மேல்நோக்கிச் சென்று செரிமானத்திற்கு உதவுகிறது. இந்த ஆசனம் கர்ப்பமடைந்துள்ள பெண்களுக்கு சுகப் பிரசவமாவதற்கு உதவுகிறது.

முன்னெச்சரிக்கைகள்- இந்தப் பயிற்சியை வாதநோயால் பாதிக்கப் பட்டவர்கள் செய்யக்கூடாது.

குறிப்பு - புதிதாக பயிற்சி செய்பவர்கள் தங்கள் குதிகால்களில் வலி இருப்பதை உணரலாம். இரத்த ஓட்டத்தை சீராக்க உங்கள் கால்களை சற்றே உதறிவிட்டுக் கொள்ளுங்கள். இந்த ஆசனத்தை மட்டும்தான் சாப்பிட்டபின் பயிற்சி செய்ய முடியும்.

◆◆◆

10
சிரிப்பே சிறந்த மருந்து

உடல் மற்றும் மனநிலையின் திருப்தியை தீர்மானிப்பதற்கு ஒரேயொரு அளவுகோல்தான் இருக்கிறது அதுதான் சிரிப்பு. ஒரு மகிழ்ச்சியான மனிதன் நீண்டகாலம் வாழ்கிறான். இந்த உலகிலுள்ள வல்லுநர்கள் அனைவரும் சிரிப்பு நமது உட்புற தூண்டலை ஒழுங்குபடுத்துகிறது என்பதையும், இதய நோய் உட்பட நமது உட்புற வெளிப்புற பிரச்சினைகள் அனைத்தையும் நம்மிடமிருந்து அப்பால் வைக்கிறது என்ற உண்மையையும் ஒப்புக்கொள்கின்றனர். நமது யோகா குருக்கள் ஹாஸ்ய யோகா நமது இதயத்தை லேசாக்குகிறது, பரபரப்பையும் மன அழுத்தத்தையும் குறைக்கிறது என்று சொல்வர். நாம் ஹாஸ்ய யோகாவின் சாதகமான அம்சங்களை உணர்ந்துகொண்டால் நாம் மருத்துவரிடம் செல்லவேண்டியதில்லை.

சிரிப்பு ஒரு சிறந்த மருந்து. நன்றாக சிரிப்பது நமது இரத்த ஓட்டம் சீராக இருப்பதையும், செரிமான அமைப்பு நன்றாக இருப்பதையும் உறுதி செய்கிறது. இது அதிகப்படியான கார்பன்டையாக்ஸைடை வெளியேற்றுவதால் நமது நுரையீரல்களுக்கு மிகவும் சிறந்தது. சிரிப்பது நம்மை வியர்வையிலிருந்து காக்கிறது, சலிப்பிலிருந்தும். தனிமையிலிருந்தும் நமது உடல் வலியிலிருந்தும்கூட அப்பால் இருக்கச் செய்கிறது. பாரீசிலுள்ள ஒரு மருத்துவர் சிரிப்பு மருந்தை மட்டுமே கொண்டு தனது நோயாளிகளுக்கு சிகிச்சையளிக்கிறார். அவர் ஒவ்வொரு ஞாயிற்றுக்கிழமையிலும் தனது நோயாளிகளை ஒன்றுசேர்த்து, அவர்களது கண்களை ஒரு துணியால் மூடிவிட்டு நகைச்சுவைப் பதிவுகளை டேப்ரிக்கார்டில் ஓடவிட்டு சிரிக்கச் செய்கிறார். சில விஞ்ஞானிகள் சிரிப்பில்லாமல் வாழ்க்கையே இல்லையென்று கூறுகின்றனர். ஒரு நோயாளி சிரிக்கவேயில்லை என்றால் அவர் நிரந்தரமான நோயாளியாகிவிடுவார். சத்தமாக சிரிக்கின்ற ஒருவர் தமது உடலிலுள்ள பாகங்களை தூண்டுகிறார், இது எண்டோப்ரோம் அமைப்பு எனப்படுகிறது. இந்த அமைப்பு நம்மிடம் நோயை அண்டவிடாமல் செய்கிறது. சிரிப்பது ஆரோக்கியத்திற்கு ஏற்றது, ஆனால் நாம் சிரிப்பின் சரியான அர்த்தத்தைப் புரிந்துகொள்ளாமல் மற்றவரைப் பார்த்து சிரிக்கக்கூடாது.

இப்போதெல்லாம் பெண்கள் பல்வேறு அழகுசாதன பொருட்களை முயற்சித்துப் பார்க்கின்றனர். அவர்களது முகத்தின் இயற்கையான அழகை காணபதே அரிதாக உள்ளது. ஆனால் அவர்கள் ஹாஸ்ய யோகாவை முயற்சிப்பார்களேயானால் சுருக்கங்கள், தூக்கமின்மை மற்றும் எரிச்சல் போன்ற பிற உபாதைகளை தவிர்த்துவிடலாம்.

சிரிப்பு நமது நோய் எதிர்ப்பு சக்தியை அதிகரிக்கிறது. இது தனியாக நேரம் ஒதுக்கவேண்டிய தேவையில்லாத பயிற்சி. சிரிப்பதற்கும் புன்னகைப்பதற்கும் வயதுவரம்பு தேவையில்லை. நீங்கள் எவ்வளவு சிரிக்கிறீர்களோ அந்தளவிற்கு நீங்கள் நீண்டநாள் வாழ்வீர்கள். எனவே ஹாஸ்ய யோகாவை பயிற்சி செய்யுங்கள் ஆரோக்கியமாக வாழுங்கள்.

11

சர்க்கரை நோய் - எந்த செலவும் செய்ய வேண்டியதில்லை

நோய்கள் முதலில் நம் மனதைப் பாதித்து உடலைப் பாதிக்கிறது. நமது உடலையும் மனதையும் ஒருசேர பாதிக்கின்ற நோய்கள் பக்கவாதமும், சர்க்கரை நோயுமாகும். யோகா என்பது நோய்களை நம்மிடம் அண்டவிடாத ஒரு வாழ்க்கை முறையாகும். நமது யோகா குருக்கள் நீண்டகாலத்திற்கு முன்பே யோகாவைப் பற்றி கூறியுள்ள கருத்துக்களுக்கு இன்று உலகம் முழுவதும் மரியாதை செய்கிறது. அறிவியலாளர்கள் தங்கள் ஆராய்ச்சிகளின் மூலமாக மனிதன் முழுமையடைவதற்கு யோகா அதிமுக்கியத்துவம் வாய்ந்தது என்பதை நிரூபித்துள்ளனர். இந்த அத்தியாயத்தில் சர்க்கரை வியாதியைப் பற்றி உங்களுக்கு விளக்கப்போகிறோம், இதனால் இந்த நோயிலிருந்து நீங்களே உங்களை தற்காத்துக்கொள்ள முடியும்.

சர்க்கரை நோய் இந்த உலகத்திலும் நம் நாட்டிலும் காட்டுத்தீயைப் போல் பரவிவருகிறது. சர்க்கரை நோய் ஒரு ஆபத்தான நோய். இந்த நோய் உள்ளவரின் உடல் நாளுக்கு நாள் மோசமடைகிறது. உடல் செயல்பாடுகள் இல்லாத, சோம்பேறித்தனமான வாழ்க்கை வாழ்கின்ற மற்றும் செயற்கையான உணவுமுறை கொண்டுள்ள, யாரையும் இந்த நோய் தாக்கும். சர்க்கரை நோய் உள்ளவர் வழக்கத்தை காட்டிலும் அதிகமாகவோ அல்லது அடிக்கொருதரமோ சிறுநீர் கழிக்க வேண்டிவரும். இந்த நோயால் சர்க்கரையின் அளவு அதிகரித்து அது சிறுநீருடன் கலந்து வெளியேறும். சர்க்கரை நோயுள்ள ஒருவர் எப்போதுமே தாகமாக உள்ளதுபோலவே உணர்வார். இந்த நோயுள்ளவர் கால்களில் வலியாக இருப்பதுபோலவும், அதிகமாக தூங்குவதுபோலவும், காலை நேரத்தில் நாக்கு தடித்திருப்பது போலவும் உணர்வார். இவை சர்க்கரை நோயின் அறிகுறிகள்.

உலக சுகாதார அமைப்பின் அறிக்கையின்படி இந்தியாவில் 2050க்குள் 6 கோடிபேர் சர்க்கரை நோயால் பாதிக்கப்பட்டிருப்பர். இந்தியாவே இதில் முன்னணியில் உள்ளது. இந்த நோய் இப்போது குழந்தைகளையும் இளைஞர்களையும்கூட தாக்கத்தொடங்கியுள்ளது. இந்த நோய்க்கு நிரந்தரமான தீர்வோ மருத்துவமோ கிடையாது. இதைத் தடுப்பதற்கு முன்னெச்சரிக்கை நடவடிக்கைகளை நாம் எடுக்க வேண்டும் என்பதுடன், மருத்துவ அறிவுரைகளையும் நாம் பின்பற்ற வேண்டும்.

உணவுமுறை மாற்றத்தைக் கொண்டு சர்க்கரை நோய்க்கு சிகிச்சையளித்தல் -

1. சர்க்கரை நோயுள்ளவர்கள் சர்க்கரை, வறுத்த உணவுகள், அசைவ உணவுகள், அரிசி, உருளைக்கிழங்கு, வாழைப்பழம், ஆரஞ்சு மற்றும் மாம்பழம் போன்ற உணவுகளை தவிர்த்துவிட வேண்டும்.

2. உணவில் பச்சைக் காய்கறிகள், எளிய உணவுகள், பிளாக்பெர்ரி, தயிர் ஆகியவற்றை சேர்த்துக்கொள்வதற்கு இந்த நோய்க்கு நல்லது.

3. இரவு உணவுக்குப் பின்னர் உடனடியாக தூங்குவதை தவிர்த்துவிட வேண்டும், நீண்டநேரம் தூங்குவதும் மிகவும் ஆபத்தானது.

4. மன அழுத்தத்தையும் பரபரப்பையும் தவிர்த்திடுங்கள்.

5. 5-20 கிராம் வெந்தயத்தை இரவு முழுவதும் தண்ணீரில் ஊறவைத்து அதை காலையில் மென்று சாப்பிடவேண்டும், தண்ணீரையும் குடித்துவிடலாம்.

6. காய்கறியோடு தயிர், வெந்தயம், கீரை, வெள்ளரி, வெங்காயம் போன்றவற்றை சேர்த்துக்கொள்ளுங்கள்.

7. ஜாக்கரி, சர்க்கரை, இனிப்புக்கள், உருளைக்கிழங்கு ஆகியவற்றைத் தவிர்த்திடுங்கள். அதிக கார்போஹைட்ரேட் மற்றும் எண்ணெய் பதார்த்தங்களை தவிர்த்திட வேண்டும்.

8. உங்கள் தினசரி நடவடிக்கைகளை ஒழுங்குபடுத்திக்கொள்ளுங்கள், எண்ணெய் தேய்த்து குளியுங்கள், நடைப்பயிற்சி செய்யுங்கள்.

9. வைன், புகைபிடித்தல் மற்றும் புகையிலை மெல்லுவதை தவிர்த்திடுங்கள்.

10. தினமும் பத்து நிமிடங்களாவது தியானம் செய்யுங்கள்.

நாம் இந்த நோயை யோகா மூலமாக முற்றிலும் குணப்படுத்திவிட முடியும். இதற்கு உதவுகின்ற சில ஆசனங்கள் அல்லது முத்ராக்களை நான் இங்கே விளக்கப்போகிறேன்.

1. சூர்ய நமஸ்காரம்
2. புஜகாசனம்
3. அர்த்மத்சியேந்தராசனம்
4. சலாபாசனம்
5. யோக முத்ரா
6. கூர்மாசனம்
7. பஷிமோத்தன் ஆசனம்
8. அபான் முத்ரா
9. உதியன் பந்த்
10. நோலி கிரியா
11. கபால்பாதி பிரணாயம்
12. தனுராசனம்
13. சுப்த வஜ்ராசனம்

(1) அர்த்மத்சியேந்தராசனம் முறை - புகழ்பெற்ற யோகியான கோரக்நாத்தின் குருவான சுவாமி மத்சியேந்திரநாத் இந்த நிலையில்தான் அமர்ந்திருப்பார் என்பதால் இந்தப் பெயர் வந்தது. இது ஒரு கடினமான ஆசனமாக இருந்தபோதிலும் அர்த்மத்சியேந்தராசனத்தில் இது எளிமைப்படுத்தப்பட்டுள்ளது.

முறை - தரையில் உட்காருங்கள், இடது குதிகாலை வலதுபக்கத்திலிருந்து இடுப்பைத் தொட்டிருக்கும்படி வையுங்கள். பிறகு இடது காலையும் அவ்வாறு வையுங்கள். இப்போது வலது கையை மார்புக்கு அருகாமையில் கொண்டுவந்து, வலதுகால் முட்டியை இடது கையோடு பொருத்துங்கள். இப்போது உங்கள் வலதுகையை பின்பக்கமாக வளைத்தபடி உங்கள் தொப்பூழைத் தொட முயற்சி செய்யுங்கள். உங்கள் முதுகெலும்பை வளைத்துக்கொள்ளுங்கள் இதனால் உங்கள் இரண்டு தோள்பட்டைகளும் ஒரே நேர்க்கோட்டில் இருக்கும். இதே நிலையில் சிறிதுநேரம் இருங்கள். இதேமுறையில் கைகளையும் கால்களையும் மாற்றிவைத்து இதை முயற்சி செய்யுங்கள். இதைக் குறைந்தது இரண்டு நிமிடங்களுக்காவது செய்ய வேண்டும். இரண்டு நிலைகளிலும் சுவாசம் சீராக இருக்க வேண்டும்.

பலன்களும்/பயன்களும்

இந்த ஆசனத்தினால் நமது நரம்புமண்டலத்தை பாதிக்கின்ற முதுகெலும்பு பகுதியை நாம் வளைக்கிறோம். இது நமது முதுகு, தோள்பட்டை, தொடை, கை மற்றும் பின்புற தசையை வலுப்படுத்துகிறது. இது நமது கணைய சுரப்பியில் தாக்கமேற்படுத்துவதால் சர்க்கரை நோயுள்ளவர்களுக்கு இது சஞ்சீவினி மருந்தாக செயல்படுகிறது. இந்த ஆசனத்தினால் நுரையீரல்களும் இதயமும் பலன்பெறுகிறது. இது பிரம்மச்சரியத்திற்கும் சிறந்தது. இது கல்லீரலுக்கும் அது சம்பந்தப்பட்ட பிற சுரப்பிகளுக்கும் சிறந்தது.

முன்னெச்சரிக்கைகள் - அல்சர், ஹெர்னியா, குறிப்பாக கர்ப்பமடைந்த பெண்கள் மற்றும் மூட்டு நழுவியர்கள் இந்த ஆசனத்தை செய்யக்கூடாது. இந்த ஆசனத்தை பயிற்சி செய்வதற்கு முன்னர் தசைப்பிடிப்புகளை தவிர்க்கின்ற டிட்லி ஆசனத்தை எப்போதுமே பயிற்சி செய்ய வேண்டும்

(2) சலபாசன முறை - இந்த ஆசனத்தை செய்யும்போது நமது உடல் விட்டில்பூச்சி போல் காணப்படுவதால் இது சலபாசனம் எனப்படுகிறது.

முறை - உங்கள் வயிற்றை வைத்து தரையில் உட்காருங்கள், உங்கள் இரண்டு கைகளையும் தொடைகளுக்கு கீழ் வைத்துக்கொள்ளுங்கள், தாடை தரையைத் தொட்டபடி இருக்க வேண்டும். இரண்டு கால்களும் நீட்டப்பட்டபடி ஒன்றாக

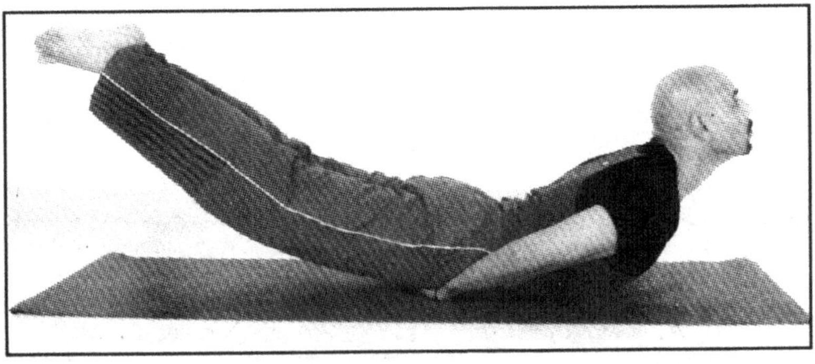

இருக்க வேண்டும். சுவாசத்தை உள்ளிழுக்கும்போது கீழ் மேல்பகுதி முதுகுப் பகுதியை மட்டும் தலை கழுத்து மற்றும் தோள்பட்டையோடு சேர்த்து தரையில் வைத்துக்கொள்ளுங்கள், உடலின் மொத்த எடையும் உங்கள் கைகளில் இருக்க வேண்டும். தொடையை மட்டும் முடிந்தவரை உயர்த்த முயற்சியுங்கள். மூச்சைப் பிடித்துவைத்துக்கொண்டு உங்களால் முடிந்தவரை இந்த நிலையிலேயே இருந்து விட்டு பின்னர் மெதுவாக சுவாசத்தை வெளியிட்டபடி பழைய நிலைக்கு மெல்ல திரும்பி வாருங்கள். இது ஒரு சுற்று. இதைக் குறைந்தது 3-5 முறை செய்யுங்கள்.

பலன்களும்/பயன்களும் - இது தொப்பூழுக்கு ஏற்ற பயிற்சி. இது செரிமான அமைப்பிற்கு ஏற்றது என்பதுடன் உங்கள் முதுகுப் பகுதியை வலுப்படுத்துகிறது. இந்த ஆசனம் பெண்களின் மாதவிலக்கு பிரச்சினைக்கும், கர்ப்பமடையும் பிரச்சினைக்கும் ஏற்றது. இது கணையம், சிறுநீரகத்திற்கு ஏற்றது. இது விந்தணுக்கள் சம்பந்தப்பட்ட பிரச்சினைகளை தீர்க்கிறது.

முன்னெச்சரிக்கைகள் - இதயக்கோளாறு, உயர் இரத்த அழுத்தம் மற்றும் அல்சர் ஹெர்னியா நோயாளிகள் இதைத் தவிர்த்துவிட வேண்டும்.

குறிப்பு - இது சற்றே சிக்கலான யோகா. எனவே இதைச் செய்யும்போது அவசரப்படாதீர்கள்.

(3) உதியன் பந்த் - சௌகரியமாகவோ அல்லது பத்மாசனப்படியோ உட்கார்ந்துகொண்டு சுவாசத்தை முழுவதுமாக உள்ளிழுங்கள். பிறகு உங்கள் வயிற்றை உள்ளிழுத்து வெளித்தள்ளுங்கள். உங்கள் தொப்பூழின் மையத்தை அழுத்தி உங்கள் வயிற்றை பின்பக்கமாக அழுத்துங்கள். உங்கள் வயிற்றில் நீங்கள் ஒரு குழிவைக் காணலாம். இதுதான் உதியன் பந்த்.

பலன்கள் - இது சர்க்கரை வியாதி உள்ளவர்களுக்கு சிறந்தது. இதைப் பயிற்சி செய்வதனால் நீங்கள் இளைமையாகவே இருக்கலாம். இது மலச்சிக்கலுக்கும், பசியின்மைக்கும் சிறந்தது. இது நமது மார்பை விரிவடையச் செய்கிறது.

குறிப்பு - அல்சர், ஹெர்னியா, இதயம் மற்றும் உயர் உயர் இரத்த அழுத்த பிரச்சினை உள்ளவர்கள் சபலாசனத்தையும் உதியன் பந்தையும் செய்யக்கூடாது.

யோகா நமது சக்தி, திறன் மற்றும் நெகிழ்வுத்தன்மையை அதிகரிக்கச் செய்கிறது. மேலே குறிப்பிடப்பட்டுள்ள ஆசனங்களையும், பிரணாமயத்தையும் ஒருவர் தொடர்ச்சியாக செய்யும்போது அவர் சர்க்கரை நோயை முற்றிலுமாக தவிர்த்துவிடலாம்.

◆◆◆

12
யோகா மூலம் உடல்சூட்டைத் தவிர்த்திடுங்கள்

வெப்பநிலையில் ஏற்படும் மாற்றத்தின் அதிகபட்ச விளைவு தோலிலும் உடல்நிலையிலும் எதிரொலிக்கிறது. கோடைகாலத்தில் வெப்ப அலை வீசும்போது நம்மை நிறைய பிரச்சினைகள் தாக்குகின்றன. நாம் இதற்கு உரிய முன்னெச்சரிக்கை எடுக்கவில்லை என்றால் அது நமது தோலை மிக மோசமாக பாதித்துவிடும்.

நமது உடலில் வழக்கமான நமது உடலின் இயக்கம் நிகழ்ந்துகொண்டே இருக்கிறது. நமக்கு உடலிலிருந்து 24 மணிநேரத்தில் உடலை வெப்பமின்றி வைத்துக்கொள்ள 900 மில்லி லிட்டர் அளவுக்கு தண்ணீர் வியர்வையாக வெளியேறுகிறது. ஆனால் அதிக வெப்பமான காலத்தில் ஒருமணி நேரத்திலேயே இவ்வளவு தண்ணீர் வெப்பமாக வெளியேறுகிறது. இதனால் தாதுப்பொருள்கள் அதிக அளவில் வெளியேறுகிறது, இதன் காரணமாக வாந்தி, தலைவலி, அசௌகரியம், உடல் எரிச்சல், உடல் எரிச்சல், உடல் வலி மற்றும் பலவீனம் ஆகியவை ஏற்படுகின்றன. வயிற்றுப்போக்கு, வெப்ப வாதம், வாந்தி, பலவீனம் ஆகியவை இதனுடைய பக்க விளைவுகளாகும்.

யோகா, ஆசனங்கள் மற்றும் பிரணாயம் ஆகியவற்றினால் நாம் இந்தப் பிரச்சினையை வெற்றிகொண்டுவிடலாம். கோடைகாலத்தின்போது மன உளைச்சல் அதிகரிக்கிறது. நாம் மகிழ்ச்சியாகவும் குளிர்ச்சியாகவும் இருக்க வேண்டும் இல்லையென்றால் நாம் உயர் இரத்த அழுத்தம், தூக்கமின்மை அல்லது செரிமானமின்மைக்கு ஆளாக வேண்டிவரும்.

1. 'ஓம்' தியானம் - தியான் என்ற வார்த்தை சரியான சிந்தனை என்பதைக் குறிக்கும் தியா என்ற வார்த்தையைக் குறிப்பதாகும்.

முறை - பத்மாசனப்படியோ சௌகரியமாகவோ உட்கார்ந்துகொண்டு உங்கள் கண்களை மூடிக்கொள்ளுங்கள். கைகளை கியான் முத்திரைப்படியோ அல்லது நமஸ்காரம் செய்வதுபோலவோ வைத்துக்கொள்ளுங்கள். கழுத்து பின்னால் வளைந்திருக்க வேண்டும், மனது அமைதியாக இருக்க வேண்டும், முகம் சாந்தமாக இருக்க வேண்டும். உங்கள் தசைகளை தளர்த்திக்கொள்ளுங்கள், உங்கள் உடலை அசைக்கக்கூடாது, சுவாசத்தை ஆழமாக உள்ளிழுத்து ஓம் என்ற சொல்லை தொடர்ச்சியாக உச்சரிக்க வேண்டும். உங்கள் உச்சரிப்பிலேயே கவனத்தை செலுத்த வேண்டும். துவக்கத்தில் ஐந்து நிமிடங்களுக்கு பயிற்சி செய்யத் தொடங்கி அதனை 20-25 நிமிடங்களுக்கு அதிகரிக்க வேண்டும்.

பலன்களும்/பயன்களும் - உயர் இரத்த அழுத்தம், மலச்சிக்கல், வாயுத்தொல்லை, பலவீனம், மன உளைச்சல், மன அழுத்தம், இதயக் கோளாறுகள், கோபம், மனப் பிரச்சினைகள் ஆகியவற்றை இந்த சொல்லை தொடர்ச்சியாக உச்சரிப்பதன் மூலம் குணப்படுத்திவிடலாம். திக்குவாய் பிரச்சினையை இந்த மந்திரத்தை உச்சரிப்பதன் மூலம் குணப்படுத்திவிடலாம். சிந்தனையை தடுப்பதன் மூலம் இது நமது மனதை தளர்வாக வைத்திருக்கச் செய்கிறது, நம்மை நிஜமான அறிவை நோக்கி அழைத்துச் செல்கிறது. நாம் நமது இருப்பை இதன் மூலம் கண்டடையலாம். இது நமது சுரப்பிகளை மேம்படுத்துகிறது. நாம் தற்காலத்தில் வாழக் கற்றுக்கொள்கிறோம். ஓம் என்பது நமது முழுமுதற் கடவுளின் பெயர், எனவே இதைப் பயிற்சி செய்யுங்கள், இதன்மூலம் பிரம்மா, விஷ்னு, சிவன் ஆகியோரை நாம் நம்முள் கொண்டுவருகிறோம்.

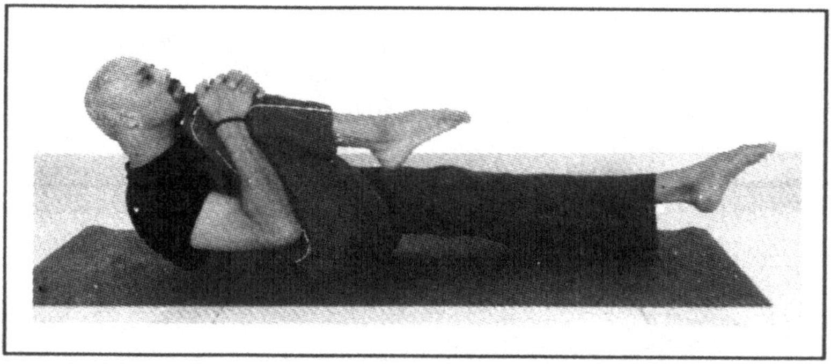

குறிப்பு - போதுமான அளவு கண்களை திறந்து வைத்துக்கொண்டு நாம் இந்தப் பயிற்சியை செய்யும்போது கண்களை மூடியபடியும் கியான் முத்ராப்படி உட்கார்ந்துகொண்டும் உங்கள் உட்புற ஒலியைக் கேட்க முயற்சி செய்யுங்கள்.

2. ஏக்பாத் பவன் முக்தாசனம் - நாம் நமது வயிற்றின் உபன்வயாவை வெளிவிடுவதால் இது சுப்த பவன் முக்தாசனம் எனப்படுகிறது.

முறை - உங்கள் முதுகை வைத்து படுத்துக்கொள்ளுங்கள். உங்கள் கால்களை நீட்டி வைத்துக்கொண்டு இடது காலை தூக்கி வைத்துக்கொள்ளுங்கள், பின்னர் உங்கள் கைகளின் பத்து விரல்களையும் ஒன்றோடொன்று சேர்த்து பிணைத்தபடி முட்டியை பிடித்துக்கொள்ளுங்கள். முட்டியை அழுத்திப் பிடித்துக்கொண்டு உங்கள்

மார்பிற்கு கொண்டுவாருங்கள், உங்கள் தலையை உயர்த்தி இந்த முட்டியைக் கொண்டு உங்கள் மூக்கைத் தொடுங்கள். அப்போது நமது வலதுகால் தரையைத் தொடாதவாறு இருக்க வேண்டும். உங்கள் மூச்சைப் பிடித்து வைத்தபடி இதே நிலையில் சிறிதுநேரம் இருங்கள், இப்போது உங்கள் கழுத்தும் தலையும் தரையில் மெதுவாக படும்படி வையுங்கள். இதேபோன்று மற்றொரு காலுக்கும் செய்யுங்ள். இரண்டு பக்கத்திற்கும் இந்தப் பயிற்சியை மூன்று முறைகளாவது செய்யுங்கள்.

பலன்கள் - இது வாயுவை வெளியேற்றுகிறது, வயிற்றை அமைதிப்படுத்துகிறது, மலச்சிக்கலை குணப்படுத்துகிறது, கொழுப்பையும் உடல் பருமனையும் குறைக் கிறது. இது மூட்டு வலியையும் குணப்படுத்துகிறது. இது இதயத்திற்கும் நுரையீரல் களுக்கும் நல்லது. பெண்கள் இந்தப் பயிற்சியை பிரசவம் முடிந்த இரண்டு மாதங்களுக்குப் பின்னர் பயிற்சி செய்தால் அவர்களுக்கு உடல் பருமன் ஏற்படாது.

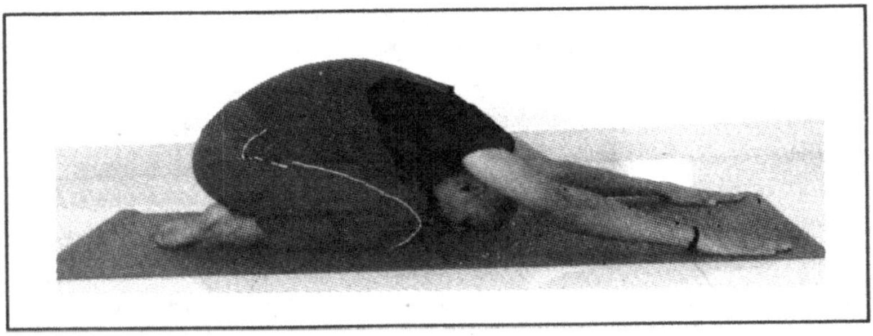

முன்னெச்சரிக்கைகள் - உயர் இரத்த அழுத்தம் உள்ளவர்கள், இதய நோயாளிகள், கழுத்து அல்லது முதுகுவலி பிரச்சினை உள்ளவர்கள் இந்தப் பயிற்சியை தவிர்த்துவிட வேண்டும். நீங்கள் ஒரு காலுக்கு பயிற்சி செய்து முடித்துவிட்டீர்கள் என்றால் மற்றொரு காலுக்கும் பயிற்சி செய்தாக வேண்டும்.

3. சசாங்காசனம் - சசாங் என்றால் முயல். இந்த ஆசனத்தில் நமது உடல் முயல் வடிவம் பெறுகிறது.

முறை - வஜ்ராசனப்படி தரையில் உட்கார்ந்துகொள்ளுங்கள், மூச்சை ஆழமாக உள்ளிழுத்தபடி கைகளை உயர்த்தி வைத்துக்கொள்ளுங்கள். இப்போது சுவாசத்தை வெளியிட்டபடி முன்பக்கமாக வளைந்து உள்ளங்கைகளை தரையில் வைத்துக்கொள்ளுங்கள். அதேபோல் உங்கள் நெற்றியையும் தரையில் படும்படி வைத்துக்கொள்ளுங்கள். உங்கள் சுவாசத்தை சீராக வைத்துக்கொள்ளுங்கள். நாம் இந்த நிலையிலேயே கொஞ்சநேரம் இருந்துவிட்டு பிறகு வழக்கமான நிலைக்கு திரும்ப வரவேண்டும். இதை தினமும் ஐந்து முறைகள் செய்ய வேண்டும்.

பலன்கள் - இந்த ஆசனத்தால் நமது மனம் அமைதியடைகிறது. கவனம், மனவலிமை, கோபத்தை கட்டுப்படுத்துதல், மனச் சமநிலை, அறிவுக்கூர்மையின் வளர்ச்சி மற்றும் நேர்மறையான சிந்தனை ஆகியவை இந்த ஆசனத்தின் பரிசுகளாகும். இந்த ஆசனம் ஆஸ்த்துமா, இதயக் கோளாறுகள், நுரையீரல் பிரச்சினைகளோடு போராட உதவுகிறது. இது முதுகுப் பிரச்சினைகளுக்கும் சிறந்தது. இது முகத்திற்கு பொலிவையும் புத்துணர்ச்சியையும் தருகிறது. இது பெண்களுக்கு மிகவும் சிறந்தது.

குறிப்பு - மூட்டு நழுவல் பிரச்சினை உள்ளவர்கள், கர்ப்பமடைந்த பெண்கள்

ஆகியோர் தகுதிவாய்ந்த ஆசிரியர் இல்லாமல் இந்தப் பயிற்சியை செய்யக்கூடாது.

4. சந்திரபேதி பிரணாயம் - இந்தப் பிரணாயம் வெளிப்புற செயல்பாடுகளோடு சம்பந்தப்பட்டதாகும். பிரணாயம் என்பது சுவாசத்தை உள்ளிழுத்தலையும் வெளியிடுதலையும் பகுப்பாய்வு செய்வதைத் தொடர்ந்து சரியான நிலையில் உட்காருவதைக் குறிப்பிடுவதாகும்.

முறை - தரையில் பத்மாசனப்படியோ அல்லது சுகாசனப்படியோ உட்காருங்கள். உங்கள் இடுப்பு, கழுத்து மற்றும் முதுகெலும்புகள் நேரான நிலையில் இருக்க வேண்டும். கியான் முத்ராப்படி உங்கள் இடது கையை இடது முட்டியில் வைத்துக்கொள்ளுங்கள். உங்கள் வலதுகையின் கட்டைவிரலால் மூக்கின் வலது துவாரத்தை மூடி இடது துவாரத்தால் சுவாசியுங்கள். உங்களால் முடிந்தவரை சுவாசத்தை பிடித்துவைத்துக்கொள்ளுங்கள். மீண்டும் உங்கள் ஆட்காட்டி விரலால் உங்கள் மூக்கின் வலது துவாரத்தை மூடுங்கள். வலது துவாரத்தின் வழியாக சுவாசியுங்கள். இதுதான் சந்திரபேதி பிரணாயத்தில் முழுமையான சுற்று. இந்த ஆசனத்தை 12 சக்கரங்களாவது செய்ய வேண்டும்.

பலன்கள் - சந்திரபேதி பிரணாயம் நமது மனதை குளுமைப்படுத்துகிறது. நமது செரிமான அமைப்பை சரியான முறையில் இயங்க வைக்கிறது. இது நமது நேர்மறைச் சிந்தனையை அதிகரிக்கச் செய்கிறது.

குறிப்பு - இந்த ஆசனத்தை குறைந்த இரத்த அழுத்தம் உள்ளவர்கள் செய்யக்கூடாது. இதை மழைக்காலத்தில் முற்றிலும் செய்யக்கூடாது.

5.ஷீதலி பிரணாயம் - இந்தப் பிரணாயம் நமது உடலையும் மனதையும் குளுமைப்படுத்துகிறது. இது நமக்கு குளிர்ச்சியைத் தருவதால் இந்தப்பெயர் கொண்டு அழைக்கப்படுகிறது.

முறை - இது நமது சக்தியையும் அழகையும் அதிகரிக்கச் செய்கிறது. இரத்தத்தை சுத்தப்படுத்துகிறது. இதனால் நாம் நமது பசியையும் தாகத்தையும் வெற்றிகொண்டுவிடலாம். இது காய்ச்சலை குணப்படுத்துகிறது. நாம் உணவும் தண்ணீரும் இல்லாமலே வாழ முடியும். இது குண்டலினியை தூண்ட உதவுகிறது. இது உயர் இரத்த அழுத்தம் உள்ளவர்களிடத்தில் சஞ்சீவினியாக செயல்படுகிறது.

குறிப்பு - குறைந்த இரத்த அழுத்தம், ஆஸ்துமா மற்றும் தொண்டை பிரச்சினைகளால் பாதிக்கப்பட்டவர்கள் இதைத் தவிர்த்துவிட வேண்டும். இதுவும் மழைக்காலத்தில் செய்யக்கூடாத ஒன்றாகும்.

யோகாவைப் பின்பற்றி கோடைகாலத்தில் நோய்களிலிருந்து விடுதலை பெறுங்கள்.

1. காலைநேரத்தில் நிறைய தண்ணீர் குடியுங்கள். தண்ணீரை இரவில் வெண்கலப் பாத்திரத்தில் வைத்திருந்துவிட்டு காலையில் குடியுங்கள். ஒரு கிளாசில் தொடங்கி உங்களால் முடிந்தவரை அதிகமாகக் குடியுங்கள். இதன்பிறகு கழிவறைக்கு செல்லுங்கள்.

இது மலச்சிக்கலுக்கு உதவுகிறது, உடல் சூட்டைக் குறைக்கிறது, வாயுத்தொல்லையைக் குறைத்து உடலை குளிர்ச்சியாக வைத்திருக்கிறது.

2. குளித்தபிறகு வேப்பிலையை மென்று சாப்பிடுங்கள். இது நோயெதிர்ப்பு சக்தியுள்ளது என்பதுடன் நுரையீரலுக்கு நல்லது.

3.தேங்காய் நீர், எலுமிச்சைத் தண்ணீர், தயிர் மற்றும் மோர் ஆகியவற்றை சாப்பிடுங்கள். ஆரஞ்சு, தர்பூசணி மற்றும் பழச்சாறுகளை வழக்கமாக சாப்பிடுங்கள்.

◆◆◆

13
உயர் மன அழுத்தம்

உயர் இரத்த அழுத்தம் நவீன வாழ்க்கையின் பரிசு என்று சொன்னால் அது மிகையல்ல. இந்த வளர்ந்துவரும் யுகத்தில் ஒரு பக்கம் நமக்கு எல்லா வசதிகளும் வழங்கப்பட்டுள்ளன, மற்றொரு பக்கம் மன அழுத்தம், கவலை, கோபம் இன்னும் பல குலைவுகளும் நமக்கு வழங்கப்பட்டுள்ளன. இது நமது மனம், இதயம், ஆன்மா, அறிவு ஆகியவற்றைப் பாதிக்கிறது. நமது இதயம் இதயம் இரவும் பகலும் ஒரு பம்பிங் இயந்திரத்தைப் போல் வேலை செய்கின்ற நமது இதயம் நமது உடலில் இரத்தம் சீராக ஓடுவதற்கான வேலையை செய்து கொண்டிருக்கிறது. இதுதான் இதயத்துடிப்பு என்று அழைக்கப்படுகிறது. இரத்தம் இதய நாளங்களுக்குச் சென்று நமது உடலின் எல்லா பாகங்களுக்கும் திரும்ப வருகிறது. இரத்த அழுத்தம் என்பது இப்படியாக இரத்தம் பம்பிங் செய்யப்படும் போது ஏற்படும் அழுத்தம். இவ்வகையில் இரத்த அழுத்தம் என்பது ஒரு சாதாரண செயல்பாடு தானே தவிர நோயல்ல. ஆனால் சில காரணங்களால், இந்த இரத்த ஓட்டம் அதிகரித்தோ குறைவாகவோ காணப்படுகிறது. இந்தச் செயல்பாடே குறைந்த அல்லது உயர் இரத்த அழுத்தம் எனப்படுகிறது.

இன்று உயர் இரத்த அழுத்தம் என்பது அறிவுஜீவிகள், வக்கீல்கள், எழுத்தாளர்கள், பணக்காரர்கள், பன்னாட்டு தொழில்முறையாளர்கள், விஞ்ஞானிகள் மற்றும் அதிகமாக அலோபதி மருந்து எடுத்துக்கொள்பவர்கள் போன்ற மேல்மட்ட சமூகத்தினரின் நோயாக இருக்கிறது. இந்தப் பிரச்சினை கிராமங்களைவிட நகரங்களில்தான் அதிகமாக காணப்படுகிறது. இது எந்தப் எச்சரிக்கையும் இன்றி சத்தமில்லாமல் வந்துவிடுவதால் இது சைலண்ட் கில்லர் என்றும் அழைக்கப்படுகிறது.

உயர் இரத்த அழுத்தத்திற்கான காரணங்கள்

இரண்டு வகையான பிரச்சினைகள் இருக்கின்றன. ஒன்று உடல்ரீதியானது. ஒன்று உடல்ரீதியானது மற்றொன்று மனரீதியானது.

உடல்ரீதியான காரணங்கள்

1. ஆர்டீரியல் லூமன் குறுகியி(ருத்தல்
2. இரத்தத்தில் கொழுப்பின் அ ளவு உயர்ந்திருத்தல்.
3. உடல் பருமன்
4. பரம்பரை
5. நுரையீரல் அல்லது சிறுநீரகப் பிரச்சினை
6. அதிகப்படியான அசைவ உணவு மற்றும் ஒயின் சாப்பிடுதல்
7. அதிகப்படியான வாசனை உணவு அல்லது எண்ணெய் உணவு

மனரீதியான பிரச்சினைகள்

நம் மனம் மிகவும் உணர்ச்சிகரமானது. கவலை, கோபம் மற்றும் பயத்தினால் மக்கள் மிக விரைவாக உணர்ச்சிவசப்படுவதால் இதயத் துடிப்பு

அதிகமாகிறது. இது மன அழுத்தத்திற்கு காரணமாகி நமது இரத்த அழுத்தத்தை அதிகரிக்கச் செய்கிறது. பொருளாதாயமான வாழ்வு அழுத்தத்தை அதிகரிக்கிறது, சின்ன விஷயங்கள்கூட நமது மன அழுத்தத்திற்கு காரணமாகி இரத்த அழுத்தத்தை அதிகிரிக்கச் செய்கிறது.

உணவுப் பழக்கம் மூலமான நிவாரணம்

1. தர்பூசணி, முட்டைகோஸ், மஞ்சள், கோதுமை, தேங்காய், இஞ்சி, வெள்ளரி, பூண்டு, தேன், மோர் ஆகியவற்றை வழக்கமாக பயன்படுத்துங்கள்.

2. தயிர், அசைவ உணவு, வாழைப்பழம், ஐஸ்கிரீம், இனிப்புகள், பார்சல் உணவுகள், வினீகர், ஊறுகாய் மற்றும் புளி ஆகியவற்றை எப்போதுமே தவிர்த்திடுங்கள்.

3. நடைப்பயிற்சி, அதிகப்படியான உழைப்பை தவிர்த்திடுதல், உணவுக் கட்டுப்பாடு, முறையான ஓய்வு ஆகியவை அத்தியாவசியமானது.

4. உங்கள் செரிமான அமைப்பை நன்றாக வைத்திடுங்கள், உடல் பருமனை தவிர்த்திடுங்கள்.

5. கவலை, கோபம், பொறாமை, துயரம் மற்றும் பிற எதிர்மறையான சிந்தனைகளை தவிர்ததிடு?ங்கள்.

இரத்த அழுத்தத்தின் வழக்கமான மற்றும் உச்சகட்ட நிலைகளுக்கு சஞ்சீவினியாக செயல்படும் ஷவாசனத்தை பயன்படுத்திடுங்கள். இதுபோக ஆசனங்கள், முத்ராக்கள் மற்றும் பிரணாயங்கள் செய்வது உயர் இரத்த அழுத்தத்திற்கு பயன்மிக்கதாகும்.

1.ஷவாசனம்
2.யோக நித்ரா
3.சசாங்காசனம்
4.பத்மாசனம்
5.பவன் முக்தாசனம்
6.கூர்மாசனம்
7.மகராசனம்
8.ஷீதலி பிரணாயம்
9.தியான்

1. ஷவாசன முறை - ஷவாசனம் அல்லது சிவாசனம் என்பது மிகவும் பயன்மிக்க ஆசனம். இந்த ஆசனத்தில் நமது உடல் உயிரற்ற உடலைப் போல் காணப்படுவதால் இதற்கு இந்தப் பெயர்.

முறை - உங்கள் முதுகை வைத்துப் படுங்கள். தசைகளையும் உடல் உறுப்புக்களையும் தளர்த்திக்கொள்ளுங்கள். உடலிலுள்ள ஒவ்வொரு செல்லையும் தளர்த்திக்கொள்ளுங்கள். தசைகள் எதுவும் இறுக்கமாக இருக்கக்கூடாது. உங்கள்

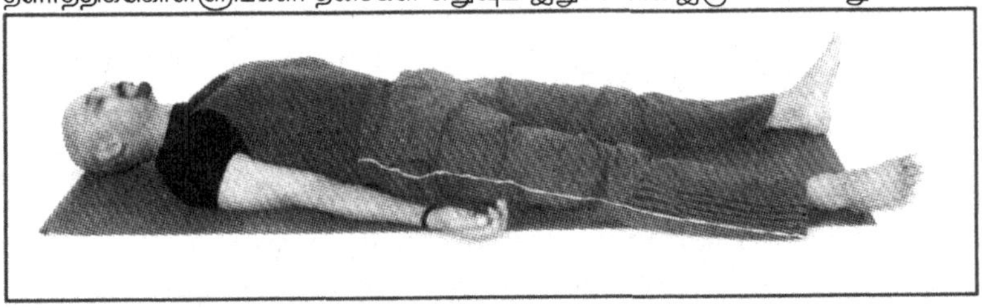

மனதை அமைதியாக வைத்துக்கொள்ளுங்கள், மெதுவாக சுவாசியுங்கள், உடல் முற்றிலுமாக தளர்வடைந்திருக்க வேண்டும். உங்கள் உடல் ஆழமாக தளர்வடைவதுபோல் நினைத்துக்கொள்ளுங்கள். இதை தினமும் பத்து முறைகளாவது செய்திடுங்கள்.

பயன்களும் விளைவுகளும் - இது புதிய ஆற்றலைக்கொண்டு நமது உடலை மலர்ச்சியடையச் செய்கிறது, தசைப்பிடிப்பு, மன அமைதியின்மை, அசௌகரியமான உணர்வு ஆகியவை குணமடைகின்றன. இதயம், உடல், மனம் மற்றும் நுரையீரல் ஆகியவை குணமடைகின்றன. மன அழுத்தம், கோபம், தூக்கமின்மை ஆகியவை குணமடைகின்றன. இது சதானசத்தின் அடிப்படை என்பதால் இது வெறும் ஆசனம் மட்டுமே அல்ல.

முன்னெச்சரிக்கைகள் - இதைச் செய்துவிடும்போது தூங்கிவிடக்கூடாது, இதை அவசரப்படாமல் மெதுவாக செய்ய வேண்டும்.

2. ஷீதலி பிரணாயம் - ஆக்ஸிஜன் இல்லாமல் வாழ்வில்லை. ஷீதலி பிரணாயம் நமது உடலையும் மனதையும் அமைதியடையச் செய்வதால் இந்தப் பெயரில் அழைக்கப்படுகிறது.

முறை - பத்மாசனம் அல்லது சுகாசன முறைப்படி உட்காருங்கள். உங்கள் இரண்டு கைகளையும் முட்டிகளில் வைத்து கியான் முத்திரை பிடித்துக்கொள்ளுங்கள். உங்கள் மனதில் கவனத்தைக் குவிக்க முயற்சி செய்யுங்கள். இப்போது உங்கள் நாக்கை ஒரு குழாயைப் போல் வைத்துக்கொண்டு அதன் வழியாக சத்தமாக சுவாசியுங்கள், உங்கள் கண்களை மூடிக்கொள்ளுங்கள், உங்கள் மூச்சைப் பிடித்துவைத்துக்கொண்டு பின்னர் வெளியிடுங்கள். இதை பத்து முறைகளாவது செய்ய வேண்டும்.

பலன்கள் - இந்த பிரணாயம் உயர் இரத்த அழுத்தத்திற்கு உதவிசெய்யும் என்பதோடு நமது கோபத்தையும் கட்டுப்படுத்துகிறது. இது மலச்சிக்கல், தோல் நோய்கள் மற்றும் நுரையீரல் சம்பந்தப்பட்ட நோய்களை குணப்படுத்துகிறது.

குறிப்பு - சளித்தொல்லையால் பாதிக்கப்பட்டவர்கள் இந்தப் பிரணாயத்தை செய்யக்கூடாது. ஆஸ்துமாவால் பாதிக்கப்பட்டவர்கள் இந்த ஆசனத்தை ஒரு தகுதிவாய்ந்த ஆசிரியரின் வழிகாட்டுதலின்படி செய்ய வேண்டும்.

◆◆◆

14
வஜ்ராலி முத்ரா: மகிழ்ச்சியான் மணவாழ்க்கைக்கு

பழங்காலத்திலிருந்தே யோகா நமது கலாச்சாரத்தில் ஒரு முக்கியமான பங்காற்றியிருக்கிறது. கிரமங்களிலும் நகரங்களிலும் யோகா பயிற்சி பரவலான அளவில் பயன்படுத்தப்பட்டு வந்ததை நமது வேதப் புத்தகங்கள் குறிப்பிடுகின்றன. ஒரு குறிப்பிட்ட வயதிற்குமேல் முதுமையடைவதை எதுவும் செய்ய முடியாது, ஆனால் இது நமது உடலின் பலவீனத்தினால் ஏற்படுகிறது. நமக்கு வயதாகிறதா என்பதை கண்காணிப்பது சாத்தியமில்லை என்றாலும், யோகா, முறையான உணவப் பழக்கம் மற்றும் அழுத்தமில்லாத வாழ்க்கையைக் கொண்டு இதனுடைய மோசமான விளைவுகளை சரிபார்த்துக்கொள்ள முடியும். நாம் நமது வாழ்க்கையை முறையாகவும் அறிவுப்பூர்வமாகவும் வாழ்ந்தோமென்றால் நாம் இளமையாக இருப்போம் என்பது மட்டுமல்லாமல் இந்த உலகத்திலிருந்து நாம் ஆரோக்கியமாகவே விடைபெறலாம்.

இந்தியாவில் நாற்பது வருடங்களாகவே ஒரு சராசரி ஆண் சலிப்பான, பொருளாதாயமான, குடும்ப மதிப்பீடுகள் உள்ளவனாகவே வாழ்ந்துவருகிறான். நமது சமூகத்தில் தனது குடும்பத்திற்கு ஒரு ஆண் பொருளாதயமான வசதிகளை செய்து தரவில்லை என்றாலும் தனது மனைவியை உடல்ரீதியாக மகிழ்ச்சியாக வைத்திருக்க வேண்டியது அவனது கடமையாக கருதப்படுகிறது. ஆனால் இன்றைய மனஅழுத்தமுள்ள வாழ்க்கையில் ஒருவன் தன் மனைவியை உடலுறவுரீதியில் மகிழ்ச்சியாக வைத்திருப்பது என்பது சுலபமான வேலையல்ல. இதன் விளைவாக அவனது திருமணத்திற்கு பிறகான வாழ்க்கையில் தனது மனைவியை அவன் உடலுறவு பிரச்சினைகளால் விரக்தியடையச் செய்கிறான்.

நமது உறவுநிலைகளில் நமது உடலுறவு வாழ்க்கையில் நாம் சரியாக கவனம் செலுத்தவில்லை என்றால் கடவுளின் படைப்பாகிய பெண்ணை நாம் அலட்சியப்படுத்துகிறோம் என்றாகிவிடும். நாம் யோகா, பிரணாயம் மற்றும் முத்ராக்களின் வழியாக நல்ல உடலுறவு வாழ்க்கையை வாழலாம். வாத்ஸாயன துறவி உடலுறவில் உள்ள 84 நிலைகளைப் பற்றி விவரித்திருக்கிறார், ஆனால் இன்றைய வாழ்க்கைமுறையில் இவை அனைத்தையும் பின்பற்றுவது இயலாக காரியம். ஒரு பெண் தன்னுடைய உடலுறவு வாழ்க்கையில் திருப்திகரமானவளாக இருப்பாளேயானால் அவள் தனது அழகை அதிகரிக்கச் செய்கிறாள் என்பதை டாக்டர் இலியாத் ஒப்புக்கொள்கிறார்.

ஆண்களிடத்தில் நல்ல உடலுறவு மார்பக புற்றுநோய் வராமல் காக்கிறது, மன அழுத்தம், கவலை ஆகியவற்றிலிருந்து விலகியிருக்கச் செய்வதோடு செரிமான அமைப்பையும் வலுப்படுத்துகிறது. யோகா நம்மை எவ்வாறு இளமையோடு இருக்கச் செய்கிறது என்பதைப் பார்ப்போம்.

1. சூர்யமுத்ரா முறை - உங்கள் மோதிரவிரலை வளைத்து அதன் முனையை உங்கள் கட்டைவிரலின் அடிப்பாகத்தில் தொட்டுக்கொண்டிருக்கும்படி வையுங்கள். கட்டைவிரலைக்கொண்டு அதை அழுததுங்கள். மற்ற மூன்று விரல்களையும்

அப்படியே நேராக வைத்திருங்கள். இதை ஐந்து நிமிடங்களுக்காவது செய்யுங்கள். **பலன்கள்** - இது நமது உடலிலுள்ள ஆற்றலை விரைந்தோடச் செய்கிறது, நமது உடலுறவுத் திறனை அதிகரிக்கிறது, உடல் பருமன் மற்றும் மன அழுத்தத்தை குறைக்கிறது.

2. வாத்ஸாயன முறை - உலகப் புகழ்பெற்ற வாத்ஸாயன குருவான இந்த பயிற்சியை செய்துவந்ததால் இது இவ்வாறு அழைக்கப்படுகிறது.

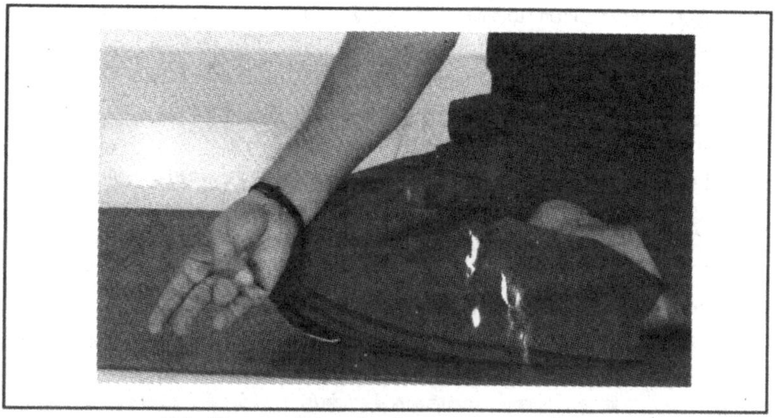

முறை - தரையில் நேராக நில்லுங்கள். நமது கால்விரல்களும் முட்டியும் ஒன்றையொன்று தொட்டுக்கொண்டிருக்க வேண்டும். இப்போது மெதுவாக உங்கள் வலது காலை வளைத்து அதை இடுப்பில் வைத்துக்கொள்ளுங்கள். உங்கள் கைகளில் பிரனாம் முத்திரை பிடித்துக்கொள்ளுங்கள். இப்போது வளைந்துள்ள உங்கள் முட்டியை வைத்து தரையைத் தொடுங்கள். கழுத்தும் முதுகும் ஒரே நேர்க்கோட்டில் இருக்க வேண்டும் என்பதுடன் சுவாசம் சீராக இருக்க வேண்டும்.

உங்கள் கண்களே நேர்கொண்டு வைத்துக்கொண்டு உங்களால் முடிந்தவரை இந்த நிலையில் இருந்துவிட்டு பின்னர் பழைய நிலைக்கு திரும்ப வாருங்கள். துவக்கத்தில் இதை இரண்டு முறை செய்யுங்கள்.

பலன்களும் பயன்களும் - இது நமது கால்களின் வலிமையை அதிகரிக்கச் செய்கிறது, நமது சமநிலைத் திறனை அதிகரிக்கச் செய்கிறது. இது முதுகுவலி, கழுத்துவலி, ஹெர்னியா மற்றும் முதுகெலும்பு பிரச்சினைகளை குணப்படுத்து கிறது. இது பாலியூரியா மற்றும் விந்தணு சம்பந்தப்பட்ட பிரச்சினைகளை குணப்படுத்துகிறது, விந்து முன்னதாகவே வெளியேறிவிடுவதை குணப் படுத்துகிறது. கால் வளைந்திருப்பதால் இரத்த ஓட்டம் பின்னோக்கிச் செல்கிறது, இது கால்களில் வேர்க்கும் பிரச்சினைக்கு உதவுகிறது. இது நமது ஒருமுகப்படுத்தும் திறனையும், நிலைத்தன்மையையும் அதிகரிக்கச் செய்கிறது.

குறிப்பு - இது யோகாவில் ஒரு சிக்கலான ஆசனம். உங்கள் முட்டிகளை வளைக்கும்போது அவசரப்படாதீர்கள். இதைச் செய்யும்போது பொறுமையாக இருக்க வேண்டும். ரிமாட்டிக் நோயாளிகள், பெண்கள், கர்ப்பமடைந்த பெண்கள் மற்றும் குழந்தைகள் ஆகியோர் இதை தவிர்த்துவிட வேண்டும். இதை ஒரு தகுதிவாய்ந்த ஆசிரியரின் வழிகாட்டுதலின்படி செய்ய வேண்டும்.

3. சலபாசன முறை - இந்த ஆசனத்தில் நமது உடல் ஒரு விட்டில்பூச்சியின் வடிவம் பெறுவதால் இது இந்தப் பெயர் பெற்றது.

முறை - உங்கள் வயிற்றை வைத்துக்கொண்டு படுங்கள், உங்கள் இரண்டு கைகளையும் தொடைகளுக்கு கீழ் வைத்துக்கொள்ளுங்கள், தாடைகள் தரையைத் தொட்டபடி இருக்க வேண்டும். இரண்டு கால்களும் ஒன்றாக இணைந்தபடி

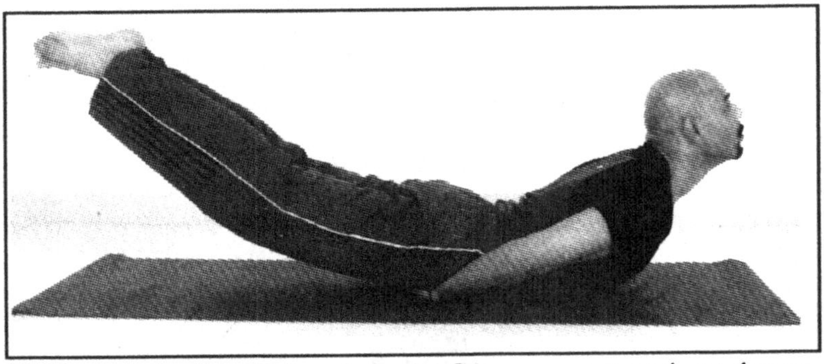

நீட்டப்பட்டிருக்க வேண்டும். உங்கள் உடலின் எடை முழுவதும் முடிந்தவரை உங்கள் தொடைகளில் இருக்க வேண்டும். உங்களால் முடிந்தவரை மூச்சை பிடித்துவைத்துக்கொண்டும், அதே நிலையிலும் இருங்கள், பின்னர் மூச்சை வெளியிடும்போது பழைய நிலைக்கு மெல்ல திரும்பி வாருங்கள். இது ஒரு சுற்று. இதைக் குறைந்தது 3-5 முறைகளாவது செய்யுங்கள்.

பலன்களும்/பயன்களும் - இது தொப்பூழுக்கு ஏற்ற பயிற்சி. இது நமது தோள்களையும் மார்பையும் வலுப்படுத்துவதோடு விரிவடையவும் செய்கிறது. இது செரிமான அமைப்பிற்கு ஏற்றது என்பதுடன் நமது முதுகுப் பகுதி வலுவடைகிறது. இது பெண்களின் மாதவிலக்கு பிரச்சினைகளை தீர்க்கிறது, கர்ப்பமடைவதில் ஏற்படும் சிறுநீரகப் பிரச்சினைகளை தீர்க்கிறது. இது விந்தணுக்கள் சம்பந்தப்பட்ட

பிரச்சினைகளையும் தீர்க்கிறது.

முன்னெச்சரிக்கைகள் - இதய நோயாளிகள், உயர் இரத்த அழுத்தம் உள்ளவர்கள், அல்சர் மற்றும் ஹெர்னியா நோயாளிகள் இதைத் தவிர்த்துவிட வேண்டும்.

குறிப்பு ரூ இது சற்றே சிக்கலான யோகா. எனவே இதைச் செய்யும்போது அவசரப்படாதீர்கள்.

4. வஜ்ராலி முத்ரா - சிறுநீர் கழிக்கும்போது வஜ்ரோலி கிரியாவில் சிறுநீர் மேல்நோக்கி தள்ளப்படுகிறது. சௌகரியமாக உட்காருங்கள். முதுகு, கழுத்து மற்றும் தலை ஆகியவை நேராக இருக்க வேண்டும், கண்கள் மூடியிருக்க வேண்டும், இப்போது உங்கள் பாலுறுப்பில் கவனத்தை வையுங்கள், மூச்சை உள்ளிழுத்து உங்கள் பாலுறுப்பை மேல்நோக்கி தள்ளுங்கள். உங்களால் முடிந்தவரை அந்த நிலையிலேயே இருங்கள், மூச்சை வெளியிடும்போது உங்கள் பாலுறுப்பை தளர்த்திக்கொள்ளுங்கள். இது வஜ்ராலி முத்ராவில் ஒரு சுற்று. இதை 20-25 முறைகளாவது செய்யுங்கள். நாம் சிறுநீர் கழிக்கும்போது நம்முடைய பாலுறுப்பை தளர்த்திக்கொள்ள வேண்டும், ஆனால் இந்தப் பயிற்சியில் இறுக்கமாக வைத்துக்கொள்ள வேண்டும்.

பலன்கள் - விந்தனுவின் தரம் மேம்படுகிறது. இது நமது விறைப்புத் திறனை மேம்படுத்துகிறது, எனவே நாம் நமது விந்து வெளியேறும் திறனை நம் கட்டுப்பாட்டில் வைத்துக்கொள்ளலாம்.

◆◆◆

15

ஒற்றைத் தலைவலியை குணப்படுத்தும் யோகா

இன்றைய இறுக்கமான வாழ்க்கைமுறையில் ஒற்றைத் தலைவலி ஒரு பெரிய பிரச்சினையாக உருவெடுத்துள்ளது. யோகா ஒற்றைத் தலைவலி நோயை குணப்படுத்துகிறது.

நாம் எவ்வளவு அமைதியக இருக்கிறோமோ அந்தளவுக்கு நமது இறுக்கம் குறைவாக இருக்கும். நாம் எவ்வளவு கற்றுக்கொள்கிறோமோ அந்தளவிற்கு நமது திறன் அதிகரிக்கிறது. நாம் நம்மளவிற்கு ஒழுக்கமானவராக இல்லாவிட்டால் நமக்கு மனச் சமன் இல்லாமல் போய்விடும்.

ஒற்றைத் தலைவலிக்கு பின்னாலுள்ள முக்கியமான காரணம் நமது வழக்கமான வாழ்க்கைமுறைகளின் விளைவாக ஏற்படும் மன இறுக்கமே. எனவே நமது தினசரி வாழ்க்கையை நாம் ஆராய்வோம். பல்வேறு வகையான நடவடிக்கைகளால் நமக்கு மன இறுக்கம் ஏற்படுகிறது.

ஒற்றைத் தலைவலி பெண்களிடத்தில் பொதுவானதாக காணப்படுகிறது. இதனுடைய அறிகுறிகள் வாந்தி, மோசமான கண்பார்வை, தலைச்சுற்றல் ஆகியனவாகும். இந்த மன இறுக்கத்தினால் நாம் ஒற்றைத் தலைவலிக்கோ அரைத்தலைவலிக்கோ ஆளாகிறோம். இதற்கு வேறு சில காரணங்களும் உள்ளன அவை மலச்சிக்கல், உயர் இரத்த அழுத்தம், வழக்கத்திற்கு மாறான மாதவிலக்கு, செரிமானமின்மை, வழக்கமல்லாத உணவுப் பழக்கம், முறையற்ற உணவுப் பழக்கம், போதுமான உறக்கமின்மை மற்றும் அதிகப்படியான உழைப்பு. கிட்டத்தட்ட 60 சதவிகித மக்கள் ஒற்றைத் தலைவலியால் பாதிக்கப்பட்டுள்ளனர், அதில் பெரும்பாலானோர் நகரத்தில் வசிப்பவர்களாவர். நாம் இதற்கு சிகிச்சை எடுத்துக்கொள்ள வேண்டுமெனில் நாம் நமது மனதை புரிந்துகொள்ள வேண்டும். இந்திய யோகா குருவான பதஞ்சலியின் கூற்றுப்படி ஐந்து மனநிலைகள் உள்ளன: கிஷிப்த் என்றால் முற்றிலுமான ஓய்வின்மை, மூர்ஹ் என்றால் முட்டாள்தனம், விக்சிப்த் என்றால் மோசமான கவனம், நிறுத் என்றால் உணர்வற்ற நிலை.

நம்முடைய மனம் அதிகப்படியாக ஓய்வின்றி இருக்கும்போது உள்ளுக்குள்ளான போராட்டங்களும், கவலையும் அதிகரிக்கும் இந்த நிலைக்கு கிஷிப்த் என்று பெயர். சிலர் தங்களது மன இறுக்கத்தின் காரணமாக செயல்பாடின்றி இருப்பார்கள் இந்த அவர்களின் மனம் மூர்க்கமாக இருக்கும். மனதின் ஒவ்வொரு நிலையும் இந்த மூன்று பண்புகளின் ஏதோ ஒன்றினால் பாதிக்கப்பட்டுக்கொண்டிருக்கும். மனம் ராஜகுணத்தின் கட்டுப்பாட்டின் கீழிருந்தால் அது கிஷிப்தின் கீழும் வேலை செய்யும். மூர்ஹ் நிலை தமோகுணத்தின் கீழிருந்தால் நமது மனம் கோபம் மற்றும் காமம் போன்றவற்றை நோக்கிச் செல்லும். மூன்றாவது நிலை விக்சிப்தா எனப்படுகிறது. நம் மனம் இந்த

நிலையில் அரிதாக இருக்கும் நிலை தியானமாகும். நாம் இந்த நிலையை உதாரணங்களின் மூலம் புரிந்துகொள்ளலாம். ஒருவரது மகன் ஒருவேளை அவர் சொல்வதை கேட்கவில்லை என்றால், அவர் கிஷிப்த் நிலையில் இருக்கிறார் என்றால் நீங்கள் அவரைக் கட்டுப்படுத்த முயற்சிக்கும்போது அவர் கோபமடைவார். அவர் மூர்ஹ் நிலையில் இருக்கிறார் என்றால் அவர் எந்த எதிர்வினையும் இல்லாதவராகயிருப்பார். அவர் அமைதியாக இருந்தால் கட்டுப்படுவார் அல்லது மாட்டார். இந்த நான்காவது நிலைதான் கவனம் குவித்தல் எனப்படுகிறது. இதை தங்கள் வேலையில் மும்முரமாக இருப்பவர்களிடத்தில் காண முடியும். ஐந்தாவது நிலை நிருத் எனப்படுகிறது. இதுதான் தியான நிலை. உங்களைச் சுற்றி என்ன நடக்கிறது என்பதை நீங்கள் தெரிந்துகொள்ளாதவராக இருந்தால் உங்கள் வாழ்க்கையில் நீங்கள் தன்னை மறந்த நிலைக்கு ஆளாகிவிடுவீர்கள்.

சில நேரங்களில் இறுக்கம், ஜலதோஷம், காய்ச்சல் போன்ற சின்னக் காரணங்கள்கூட தலைவலிக்கு அழைத்துச் சென்றுவிடும். ஆனால் ஒற்றைத் தலைவலியில் நம் தலையில் விடாத வலி இருந்துகொண்டிருக்கும். இது 10 அல்லது 15 வயதுகளில் தொடங்குகிறது. இதற்கு சில ஆசனங்களை தினமும் 20-30 நிமிடங்களுக்கு பயிற்சி செய்ய வேண்டும்.

1.தியானம் - பத்மாசப்படி உட்காருங்கள். உங்கள் இரண்டு கைகளும் கியான் முத்ராப்படி இருக்க வேண்டும். கண்கள் மூடியபடி இருக்க வேண்டும், முதுகும்

கழுத்தும் நேராக இருக்க வேண்டும். மனம் அமைதியாகவும் சுவாசம் சீராகவும் இருக்க வேண்டும். இந்த நிலையில் உட்காருங்கள்.

2. சந்திரபேதி பிரணாயம் - பத்மாசனப்படி உட்காருங்கள். உங்கள் கழுத்தையும் முதுகையும் நேராக வைத்துக்கொள்ளுங்கள். வலதுகை கட்டைவிரலால் உங்கள் மூக்கின் வலது துவாரத்தை மூடுங்கள். மீண்டும் உங்கள் மூக்கின் இடது துவாரத்தை வலதுகையின் இரண்டு விரல்களால் மூடுங்கள், வலது பக்கத்திலிருந்து சுவாசியுங்கள். இந்தப் பயிற்சியை 12-15 முறைகளுக்கு செய்யுங்கள் (ஆஸ்துமா மற்றும் குறைந்த இரத்த அழுத்தத்தால் பாதிக்கப்பட்ட நோயாளிகள் இதை செய்ய வேண்டாம் என அறிவுறுத்தப்படுகிறார்கள்.)

3. சுப்த்பவன்முக்த்தாசனம் - இந்த யோகாவினால் "அபன் வயு" உடலிலிருந்து வெளியேறுகிறது. இதனால்தான் இது சுப்த்பவன்முக்தாசனம் எனப்படுகிறது.

முறை - சமதளத்தில் படுங்கள். உங்கள் இரண்டு கால்களையும் நேராக நீட்டிக்கொள்ளுங்கள், உங்கள் வலதுகாலை நேரான நிலையில் நீட்டியபிறகு உங்கள் வலதுகாலை முட்டியிலிருந்து திருப்பி உங்கள் பத்தி விரல்களையும் கோர்த்துக்கொள்ளுங்கள். உங்கள் கனுக்கால்களை பிடித்து வைத்துக்கொள்ளுங்கள். இதன்பிறகு உங்கள் கனுக்கால்களை மார்பைக் கொண்டு அழுத்தி உங்கள் கழுத்தை உயர்த்துங்கள். உங்களது வலதுகால் தரைக்கு மேல் சற்றாவது தூக்கியபடி இருக்க

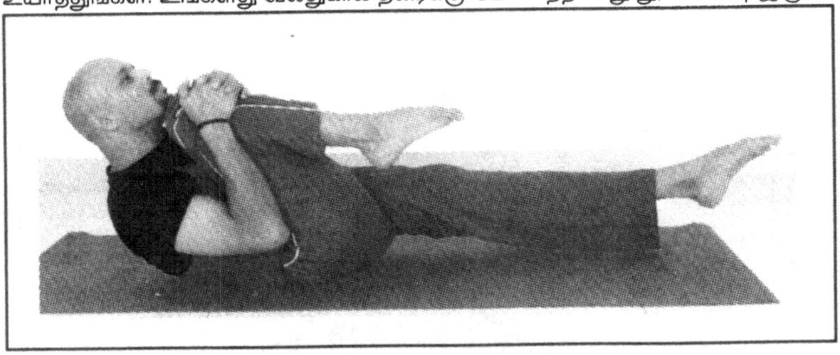

வேண்டும் என்பதை மனதில் வைத்துக்கொள்ளுங்கள். உங்களால் முடிந்தவரை உங்கள் மூச்சைப் பிடித்துவைத்துக்கொள்வதால் முதலாவதாக உங்கள் கழுத்திற்கான ஆசனத்தை நிறைவுசெய்கிறீர்கள் பிறகு உங்கள் தலை தரையைத் தொட்டுக்கொண்டிருக்க வேண்டும். இந்த முறையில் இந்த யோகாவை கைகளையும் கால்களையும் மாற்றிவைத்தபடி பயிற்சி செய்ய வேண்டும்.

பலன்கள் - இந்த முறையினால் வாயு மற்றும் மலச்சிக்கல் பிரச்சினைகள் நீங்குகின்றன. உடல் பருமன் கட்டுப்படுத்தப்படுகிறது. இது வாதநோய்களை கட்டுப்படுத்துவதோடு மூட்டு வலிகளையும் குணப்படுத்துகிறது. நுரையீரல் மற்றும் இதயத்திலுள்ள கட்டிகளை நீக்குகிறது. கர்ப்பத்திற்கு பிறகு என்றால் பெண்கள் இதை பயிற்சி செய்யலாம், இது அவர்களுக்கு பயன்மிக்கதாக இருக்கும்.

முன்னெச்சரிக்கைகள் - உயர் இரத்த அழுத்தம், இதய நோய்கள் மற்றும் கழுத்து வலியால் பாதிக்கப்பட்டவர்கள் இந்த ஆசனத்தை செய்யக்கூடாது.

4. வஜ்ராசனம்: இந்த ஆசனம் நமது வஜ்ரத்தில் நேரடியான தாக்கத்தை ஏற்படுத்தி இதைப் பயிற்சி செய்பவரை திடமானவராகவும் வலுவானவராகவும் செய்கிறது.

அதனால்தான் நமது துறவிகள் இதற்கு வஜ்ராசனம் என்று பெயரிட்டனர். இஸ்லாத்தையும் புத்த மதத்தையும் பின்பற்றுபவர்கள் இந்தப் பயிற்சியை பிரார்த்தனையின்போது பயன்படுத்துகின்றனர்.

முறை - பின்னோக்கிய முறையில் உங்கள் கால்களை மடக்கி வைத்துக்கொண்டு முட்டிகளை வைத்து உட்கார வேண்டும். உங்கள் காலின் அடிப்பகுதி மேல்நோக்கிய நிலையில் இருக்க வேண்டும். இரண்டு கால்களின் கட்டைவிரல்களும் ஒன்றோடொன்று சேர்ந்திருக்க வேண்டும். இந்த முறையில் உங்கள் கால்களை உயர்த்துவதால் உங்கள் இடுப்பு அதனோடு ஒட்டிக் கொண்டிருக்கும். உங்கள் இரண்டு கைகளும் உங்கள் தொடைகளில் இருக்க வேண்டும். இடுப்பு, கழுத்து மற்றும் மார்பு ஆகியவை நேரான நிலையில் இருக்க வேண்டும். சுவாசம் சீராக இருக்க வேண்டும். இந்த ஆசனத்தை திறனையும், நேரத்தையும் பொறுத்து செய்ய வேண்டும். இதன் துவக்க நிலையில், குறைந்தது இரண்டு நிமிடங்களுக்காவது இந்த நிலையில் இருக்க வேண்டும், பின்னர் நீங்கள் இதன் கால அளவை உயர்த்திக்கொள்ளலாம்.

பலன்கள் - இந்த ஆசனம் மலச்சிக்கலையும் வாத்தையும் குணப்படுத்துகிறது. அதிகமாக தூங்குபவர் இந்த ஆசனத்தினால் பயன்பெறுவார். இரவு நெடுநேரம்வரை வேலைசெய்யும் மாணவர்கள் போன்றோர் இந்த யோகாவினால் பயன்பெறுவார்கள். இது உணவை சுலபமாக செரிமானம் செய்கிறது. கர்ப்பமடைந்த பெண் இந்த யோகாவை பயிற்சி செய்தால் சுகப்பிரசவமாகும். விந்து உற்பத்தி உறுப்பில் இரத்த ஓட்டம் குறைவாக இருந்தால் அவர் ஹைட்ராசெல் பிரச்சினையால் பாதிக்கப்பட மாட்டார்.

முன்னெச்சரிக்கைகள் - வாதநோயால் பாதிக்கப்பட்டவர்கள் இந்தப் பயிற்சியை செய்ய வேண்டாம் எனக் கேட்டுக்கொள்ளப்படுகிறார்கள்.

சிறப்பு - புதிதாக இந்த ஆசனததை பயிற்சி செய்பவர் தங்களது கால்களிலும் பாதங்களிலும் வலியாக இருப்பதுபோல் உணர்வார். உங்கள் ஆசனத்தை

முடித்தபிறகு உங்கள் கால்களை அசைக்க வேண்டும், இதனால் உங்கள் இரத்த ஓட்டம் ஏற்படும். இந்த ஆசனத்தை உணவு உட்கொண்ட பிறகுகூட செய்யலாம்.

5. யோக முத்ரா - இந்த ஆசனம் குண்டலினி சக்தியை தூண்டுவதற்கு பயன்படுகிறது. இந்த ஆசனத்தை பயிற்சி செய்வதால் நமது ஆன்மாவும் கடவுளும் ஒன்றிணைவதாக சொல்லப்படுகிறது. இதனால்தான் துறவிகள் இதனை யோக முத்ரா என்று அழைத்தனர்.

முறை - உங்கள் கால்களை நேராக நீட்டியபடி தரையில் உட்காருங்கள். அதன்பிறகு உங்கள் வலதுகாலை மடித்து அதை இடது தொடையில் வைத்துக்கொள்ளுங்கள், இடது காலை மடித்து வலது தொடையில் வைத்துக்கொள்ளுங்கள், பத்மாசனப்படி உட்காருங்கள். பின்னர் வலது முழங்கையை இடது கையோடும் இடது முழங்கையை வலது கையோடும் சேர்த்து வைத்துக்கொள்ளுங்கள். கழுத்து, முதுகு மற்றும் இடுப்பு ஆகியவை ஒரே நேர்க்கோட்டில் இருக்க வேண்டும்.

ஆழமாக சுவாசித்து மூச்சை வெளியிடும்போது உங்கள் இடுப்பை நேரான நிலையில் வளைத்து வைத்துக்கொள்ளுங்கள், இதனால் அது நமது

தலையையும் தாடையையும் தொட்டுக்கொண்டிருக்கும். கீழ்நோக்கி குனியும்போது சுவாசம் சீராக இருக்க வேண்டும். உங்களால் முடிந்தவரை இந்த நிலையில் இருந்துவிட்டு பின்னர் பழைய நிலைக்கு திரும்பிவர முயற்சி செய்யுங்கள். இது இந்த ஆசனத்தில் ஒரு சுற்று. இதைக் குறைந்தது மூன்று முறைகளாவது செய்யுங்கள்.

பலன்களும்/பயன்களும்: இந்த ஆசனத்தை பயிற்சி செய்வதனால் மார்பு மற்றும் சுவாசம் சம்பந்தப்பட்ட நோய்கள் குணமடையும். இது முகத்திற்கு பொலிவைத் தருகிறது. இது உடலை நெகிழ்வாக வைத்திருக்க உதவுகிறது. இது கண்களின் ஒளியை அதிகிரிக்கச் செய்கிறது. தலையை கையில் வைத்துக்கொண்டிருப்பதால் அக்யசக்கரம் நமது தலையில் ஆழமான தாக்கத்தை ஏற்படுத்துகிறது. ஒருவர் தியான நிலைக்கு வருவதோடு ஒருவரது மன அழுத்தம், தூக்கமின்மை, அல்சைமர் மற்றும் பார்கின்சன் நோய்கள் இதனால் குணமடைகின்றன. இந்த ஆசனத்தினால் ஒருவர் தியான நிலையையும், உணர்வுநிலையையும், பரவசத்தையும், கவனம் குவிப்பதையும் சுவபமாகப் பெறலாம். இந்த ஆசனம் மலச்சிக்கல், வாயுத்தொல்லை, நீரிழிவு நோய் மற்றும் உடல் பருமன் ஆகியவற்றை குணப்படுத்துகிறது.

முன்னெச்சரிக்கைகள் - உயர் இரத்த அழுத்தம், இதயக் கோளாறுகள் மற்றும்

இடுப்பு வாதத்தால் பாதிக்கப்பட்டவர்கள் இந்த ஆசனத்தை செய்ய வேண்டாம் எனக் கேட்டுக்கொள்ளப்படுகிறார்கள்.

6. சசாங்காசனம்: சசாங் என்பது முயல் அல்லது நிலவைக் குறிப்பது. இந்த ஆசனத்தில் நமது உடல் ஒரு முயலின் வடிவத்தை எடுப்பதால் இதற்கு சசாங்காசனம் என்ற பெயர் வந்தது.

முறை - முதலில் வஜ்ராசப்படி தரையில் உட்கார வேண்டும், பிறகு ஆழமாக சுவாசித்து உங்கள் இரண்டு கைகளையும் மேல்நோக்கிய நிலையில் உயர்த்த வேண்டும். பாதங்கள் திறந்தநிலையில் நேராக இருக்க வேண்டும். இப்போது மூச்சை வெளியிட்டு இடுப்பை கீழ்நோக்கி வளைத்தபடி உங்கள் இரண்டு உள்ளங்கைகளையும் தரையில் வைக்க வேண்டும். உங்கள் தலையை தரையில் வையுங்கள், சுவாசம் சீராக இருக்க வேண்டும். உங்கள் திறனுக்கேற்ப இந்த ஆசனத்தில் இருந்துவிட்டு மெதுவாக பழைய நிலைக்கு திரும்புங்கள். இந்த ஆசனத்தை தினமும் 5 முறைகளாவது செய்யுங்கள்.

பலன்களும்/பயன்களும்: இந்த ஆசனம் நமது மனதை அமைதியடையச் செய்கிறது. இது கவனத்தை குவிக்கச் செய்கிறது, மனச் சமநிலையை அளிக்கிறது,

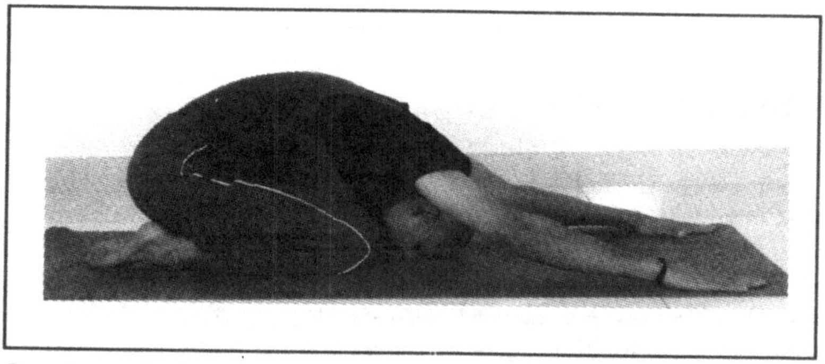

கோபத்தை கட்டுப்படுத்துகிறது, அறிவை மேம்படச் செய்கிறது. இது ஆஸ்துமா, இதயம் மற்றும் நுரையீரல் நோய்களை தீர்க்கிறது. இது குறிப்பாக பெண்களுக்கு மிகவும் பயன்மிக்கதாகும். இது உடல்சோர்வை நீக்குகிறது.

முன்னெச்சரிக்கைகள்: கர்ப்பமடைந்த பெண்களும் வாதநோயால் பாதிக்கப்பட்ட வர்களும் இதைச் செய்ய வேண்டாம் எனக் கேட்டுக்கொள்ளப்படுகிறார்கள்.

7. சவாசனம்: இந்த ஆசனத்தில் நமது உடல் ஒரு இறந்த உடலைப்போல் காணப்படுவதால் இதற்கு சவாசனம் என்று பெயர்.

முறை - இந்த ஆசனத்தில் உங்கள் முதுகை வைத்துப் படுங்கள். உங்கள் மொத்த உறுப்புக்களையும் தசைகளையும் சாதாரணமாக வைத்துக்கொள்ளுங்கள். உங்கள் உடலை அழுத்தமில்லாமல் வைத்துக்கொள்ளுங்கள். உடலில் எங்கும் பிடிப்போ இறுக்கமோ இருக்கக் கூடாது. உங்கள் மனதை அமைதியாக வைத்துக்கொண்டு மூச்சை மெதுவாக உள்ளிழுத்து வெளிவிடுங்கள். உங்கள் உடல் எந்த அளவிற்கு தளர்வடைகிறதோ அந்த அளவிற்கு அதன் பலன்களை நீங்கள் பெறுவீர்கள். மூச்சை உள்ளிழுத்து வெளியிடும் நேரத்திற்குள் உங்கள் உடல் இறுக்கமில்லாமல் இருக்கிறது என்பதை நினைவில் வைத்துக்கொள்ள வேண்டும். இந்த ஆசனத்தை குறைந்தது 10 நிமிடங்களுக்காவது செய்யுங்கள்.

பலன்களும்/பயன்களும்: இந்த யோகா உடலுக்கு சுறுசுறுப்பையும் வலிமையையும் தருகிறது. இது உடலிலுள்ள தசைப்பிடிப்புகளையும், மனச்சமனின்மையையும் நீக்குகிறது. இது இதய நோய்க்கும் உயர் இரத்த அழுத்தத்திற்கும் சஞ்சீவினியாக செயல்படுகிறது. இது நமது இதயம், மனம் மற்றும் சுவாச அமைப்பிற்கு ஓய்வைத் தருகிறது. இது கோபம், மனஅழுத்தம் மற்றும் தூக்கமின்மையை கட்டுப்படுத்துகிறது. இது ஆசனம் மட்டுமல்லாமல் ஒரு குறிப்பிட் காலஅளவில் நாம் அதிகப்படியான மகிழ்ச்சியைப் பெறுகின்ற யோகாவும் ஆகும்.

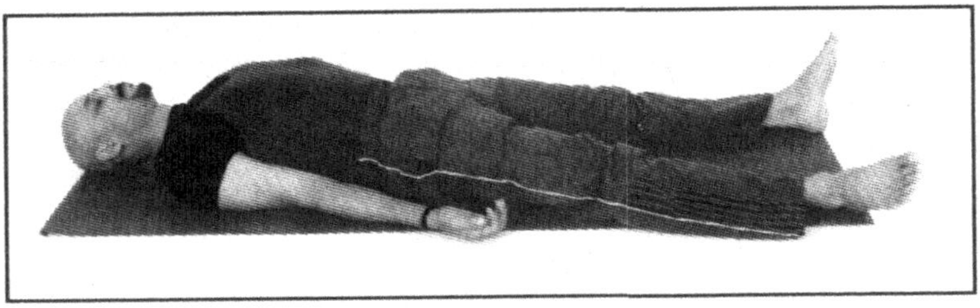

முன்னெச்சரிக்கைகள் - இதை தூங்கும் நிலையில் செய்யக்கூடாது என்பதுடன் சட்டென்று எழுந்துவிடவும் கூடாது.

இந்த ஆசனத்தை எல்லோரும் செய்ய வேண்டும். இதைக் கடைசியாக செய்யவேண்டும். இது தூக்கமின்மைக்கு சிறந்தது. இந்த ஆசனத்தின் உதவியோடு நாம் நமது ஒற்றைத்தலைவலியையும், மன இறுக்கத்தையும் இல்லாமல் செய்துவிடலாம். இவைபோக நல்ல நிகழ்ச்சிகளைப் பார்ப்பது, தொடர்ச்சியான இடைவெளியில் ஓய்வெடுத்துக்கொள்வது, அமைதியான இசையைக் கேட்பது, காலைநேர அழகை ரசிப்பது ஆகியவை நமது நரம்பு மண்டல அமைப்பிலுள்ள இறுக்கத்தைக் குறைக்கும்.

நாம் 9 மணிக்கு சாப்பிட்டுவிட்டு இரண்டு மணிநேரம் கழித்து தூங்கச் செல்ல வேண்டும். ஏனென்றால் நமது உடலில் செரிமானத்திற்கு உதவும்வகையில் 70 சதவிகித தண்ணீர் இருக்கிறது.

ஷாமா, டாமா, டிடிஷ்கா, உப்ராத்தி, ஷ்ராதி, சமாதனா ஆகியவை எவற்றில் ஒருங்கிணைந்து காணப்படுகிறதோ நாம் அவற்றை பரிசீலனைக்கு எடுத்துக்கொள்ள வேண்டும். இது மன அமைதி, புலன்களை கட்டுப்படுத்துதல் மற்றும் சமநிலை ஆகியவற்றை உள்ளிட்டதாகும்.

முன்னெச்சரிக்கை:

ஆசனங்களை செய்வதற்கு முன்னர் நாம் சில அடிப்படை விதிகளை தெரிந்துகொள்ள வேண்டும்-

1. சாக்லேட், வைன், பாலாடை, லஸ்ஸி, நிலக்கடலை, தயிர், வாழைப்பழம், கறி, சோயா சாஸ் போன்றவற்றை தவிர்த்திடுங்கள்.

2. மொத்த உலகத்திலும் தேவையில்லாத பொறுப்புக்களை ஏற்றுக் கொள்ளாதீர்கள்

3. உங்கள் வேலைகளை தீர்மானத்தோடு திட்டமிட்டுக்கொள்ளுங்கள்.

4. உங்கள் வேலையில் முற்றிலுமாக கவனம் செலுத்துங்கள்.

5. ஒரே நேரத்தில் பல வேலைகளைச் செய்வதை தவிர்த்திடுங்கள்.

6. நேர்மறையான மனோபாவம் கொண்டிருங்கள்.

7. ஓய்வெடுத்துக்கொள்ளுங்கள்.

மனஅழுத்தம், மலச்சிக்கல், மது ஆகியவையும் ஒற்றைத் தலைவலிக்கு காரணமாகிறது. இதை குணப்படுத்துவதற்கு சில சுலபமான வழிகள் இருக்கின்றன

1. ஒரு நிமிடத்திற்காவது வேகமாக விழும் தண்ணீரில் குளித்திடுங்கள்.

2. உங்கள் தலையில் பச்சைத் தண்ணீரை ஊற்றிக்கொள்ளுங்கள்.

3. தினமும் 12-15 கிளாஸ் தண்ணீராவது குடித்திடுங்கள்.

4. ஒரு வாரத்தில் ஒரு நாளாவது விரதம் இருந்திடுங்கள்.

5. மோர், தேங்காய், கேரட்களை சாப்பிடுங்கள்.

6. சாலட். பழங்கள் மற்றும் தானியங்களை சாப்பிடுங்கள்.

◆◆◆

16
கவனம் குவிக்கும் திறன்

மத்திய காலகட்டத்தைத் தவிர இந்திய சமூகம் பாலுறவை ஒரு பாவமாக கருதியதில்லை. இது எப்போதுமே வெளிப்படையாக விவாதிக்கப்பட்டுள்ளது. பாலுறவு என்பது தனக்குள்ளாகவே வலி, குழப்பம், துயரம், தவறான கருத்து மற்றும் மன விரக்தி போன்றவற்றை தனக்குள் மறைத்து வைத்துள்ளது.

கணவனும் மனைவியும் உடல்ரீதியாகவும் மனரீதியாகவும் திருப்தியடைந் தவர்களாக இருந்தால் மட்டுமே திருமண வாழ்க்கை மகிழ்ச்சியாக இருக்கும். இந்த இரண்டின் மகிழ்ச்சியும் இல்லாமல் வாழ்க்கை சீராக இருக்காது. யோகா ஒரு பழங்கால வாழ்க்கை முறை. யோகாவும் பாலுறவும் மனிதனுக்கு இன்பத்தைத் தருகிறது. ஆனால் இவை இரண்டின் இறுதி இலக்கும் ஒன்றுதான் அதாவது அதிகபட்ச மகிழ்ச்சியை வழங்குவதும் மனித வாழ்க்கைக்கான தீர்வை வழங்குவதும்.

ஒருவரது வாழ்க்கை முழுவதும் வேடிக்கைவிளையாட்டாகவும், மகிழ்ச்சியாகவும் இருக்க வேண்டும் என்று விரும்புகிறார். திருமணமான 8-10 வருடங்களுக்குப் பின்னர் அல்லது 35 வயதிற்குப் பின்னர் மனிதன் பாலுறவில் ஆர்வம் இல்லாதவனாக காணப்படுகிறான். இது உறவுநிலை முறிவிற்கு காரணமாவதோடு பெண்கள் தங்கள் உடல் தேவைகளுக்காக வேறு ஆண்களை நாடிச்செல்கின்றனர். நாம் நமது பாலுறவு வாழ்க்கையை மேம்படுத்திக்கொள்ள முடியும் என்பது மட்டுமல்லாமல் 60 வயதுவரை நல்ல பாலுறவு வாழ்க்கைய வாழ முடியும், இதை யோகா, நல்ல உணவு மற்றும் சரியான சிந்தனை ஆகியவற்றால் செய்ய முடியும்.

1. வஜ்ராலி முத்ரா - சுகாசனப்படியோ பத்மாசனப்படியோ உட்காருங்கள். உங்கள் மொத்த கவனத்தையும் சுவாசிப்பதில் வையுங்கள், பிறகு ஆழமாக சுவாசியுங்கள். பிறகு சிறுநீர் வரும் நாளங்களை விரிவடையச் செய்ய வேண்டும். இது நீங்கள் உங்களுடைய சிறுநீரை நிறுத்த வேண்டும் என்பதைக் குறிக்கிறது. உங்கள் சுவாசத்தை சீராக வைத்துக்கொள்ளுங்கள். இந்த ஆசனத்தை பயிற்சி செய்துவிட்டு மெதுவாக சுவாசத்தை வெளியிடுங்கள். சிறுநீர் வெளிவரும் நாளங்களை மெதுவாக நகர்த்துங்கள். இது முற்றிலும் ஒரு சுற்றாகும். எனவே இந்த ஆசனத்தை தினமும் உங்கள் திறனுக்கேற்ப பத்து முறைகளாவது செய்யுங்கள். புதிதாக பயிற்சி செய்பவர்களும் இதைச் செய்யலாம். சிறுநீர் கழிக்கும் வேளையில் உங்கள் பாலுறுப்பிலுள்ள நாளங்களை சுருக்கிக்கொள்ளுங்கள்.

பயன்கள் - வஜ்ராலி முத்ரா விந்து வெளியேறும் பிரச்சினையை தீர்க்கிறது. விந்தின் தரம் மேம்படுகிறது.

2. வதயானாசனம் - உலகப் புகழ்பெற்ற யோகா குருவான வதாயன் இந்த ஆசனத்தை பயிற்சி செய்தார், எனவே இதற்கு இந்தப் பெயர் வந்தது.

முறை - தராசன முறைப்படி தரையில் நில்லுங்கள். இரண்டு கால்களின் முட்டிகளும் உங்கள் உங்கள் கால்விரல்களோடு நெருக்கமாக பிணைந்திருக்க வேண்டும். இப்போது உங்கள் இடது காலை வளையுங்கள், உங்கள் இடது காலின் பாதம் உங்கள் தொடையில் இருக்க வேண்டும். உங்கள் இரண்டு கைகளையும் பிரணாம் முத்ராப்படி மடித்து வைத்துக்கொள்ளுங்கள். உங்கள் இடது காலின் பாதத்தை வளைத்து தரையைத் தொட்டிருக்கும்படி வைத்துக்கொண்டு முயற்சி செய்யுங்கள். பிறகு இடுப்பும் கழுத்தும் ஒரே நேர்க்கோட்டில் இருக்க வேண்டும். சுவாசம் சீராக இருக்க வேண்டும். நீங்கள் உங்கள் திறனுக்கேற்ப இந்த நிலையில் இருக்க வேண்டும். இந்த ஆசனத்தை உங்களுடைய அடுத்த காலுக்கும் செய்ய வேண்டும். துவக்கத்தில் இதை 2 முறைகளுக்காவது செய்ய வேண்டும்.

பயன்களும்/பலன்களும்: இந்த ஆசனத்தினால் கால்களிலுள்ள தசைகள் இறுக்கமடைகின்றன. இது சமநிலைத் திறனை அதிகரிக்கிறது. இது இடுப்பு, கழுத்திலுள்ள வலிகளையும், ஹெர்னியா மற்றும் முதுகுத் தண்டு வலியையும் குணப்படுத்துகிறது. இது விந்து வெளியேறுவதி?ல் உள்ள பிரச்சினைகளையும் தீர்க்கிறது. கால்களில் உணர்ச்சியில்லாத பிரச்சினையையும் இது தீர்க்கிறது. இது நமது கவனம் குவிக்கும் திறனுக்கும், நிலையான மனநிலைக்கும் உதவுகிறது.

சிறப்பு: இது சிக்கலான ஆசனங்களுள் ஒன்று. உங்கள் உடலின் பாகங்களை வளைக்கும்போது அவசரப்படாதீர்கள். பொறுமையோடு பயிற்சி செய்யுங்கள். வாதநோய் உள்ளவர்கள், பெண்கள், கர்ப! ிணிகள் மற்றும் குழந்தைகள் ஆகியோர் இதைப் பயிற்சி செய்யக்கூடாது. இதை ஒரு திறமையான ஆசிரியரின் வழிகாட்டுதலில் செய்ய வேண்டும்.

3. சர்வாங்காசனம் - உங்கள் முதுகை வைத்துப் படுங்கள். உங்கள் இரண்டு கால்களையும் சேர்த்து வைத்துக்கொள்ளுங்கள் தரையைத் தொட்டுக் கொண்டிருக்கும்படி தரையிலிருந்து உங்கள் உடலை உயர்த்துங்கள். விரல்கள் ஒட்டிக்கொண்டிருக்குமபடி உங்கள் தொடைகளையும், கால்களையும்

நேர்க்கோட்டில் வைத்துக்கொள்ளுங்கள். கால்கள் நேராகவும் மேல்நோக்கியும் இருக்கவேண்டும் என்பதை நினைவில் வைத்துக்கொள்ளுங்கள். தாடை தொண்டை யின் அடிப்பகுதியை தொட்டுக் கொண்டிருக்க வேண்டும். சுவாசம் சீராக இருக்க வேண்டும். இந்த நிலையிலேயே உங்களால் முடிந்தவரை இருந்துவிட்டு பின்னர் கைகளின் உதவியுடன் பழைய நிலைக்கு திரும்பி வாருங்கள். இந்த ஓய்வான நிலையில் இருக்கும்போது அவசரப்படாதீர்கள். இது ஒரு சுற்று. இதை ஒருமுறை செய்துவிட்டு அதன்பின்னர் சவாசனத்தை செய்யுங்கள்.

பலன்கள் - இது மொத்த உடலுக்குமான பயிற்சி அல்ல.இது இரத்தத்தையும், இதயம் மற்றும் நுரையீரலையும் சுத்தப்படுத்துவதற்கு ஏற்றது. நமது இரத்த நாளங்களை வலுப்படுத்தும் வகையில் இரத்தம் நம் மூளையை நோக்கி ஒடுகிறது. இது கண்பார்வையை மேம்படுத்துகிறது. இது கண்கள், தொண்டை, காது மற்றும் இதய பிரச்சினைகளை குணப்படுத்துகிறது. இது தோல் பிரச்சினைகளை குணப்படுத்துகிறது. இது பாடகர்களுக்கு நல்லது. அதிக குளிர்ச்சியாகவோ அதிக வெப்பமாகவோ உணர்கின்றவர்களுக்கு இந்த ஆசனம் ஏற்றது. இது முடி உதிர்வதையும் வெளுத்துப்போவதையும் தடுக்கிறது. நாம் வயதாவதிலிருந்து தற்காத்துக்கொள்ளலாம் என்பதுடன் நமது முகத்தின் பொலிவையும் அதிகரித்துக்கொள்ளலாம்.

முன்னெச்சரிக்கைகள் - கழுத்து வலி, மூட்டு நழுவல், உயர் இரத்த அழுத்தம், இதய நோய்கள்,கண்பார்வை பிரச்சினைகள் உள்ளவர்கள் மற்றும் கர்ப்பிணிகள் இதைத் தவிர்த்துவிட வேண்டும். இது ஒரு சிக்கலான ஆசனம் என்பதால்

திறமையான ஆசிரியரின் வழிகாட்டுதலின்கீழ் இதைப் பயிற்சி செய்ய வேண்டும்.

4. ஹலாசனம் - நமது உடல் ஒரு கலப்பையின் வடிவத்திற்கு வருவதால் இதற்கு இந்தப் பெயர் வந்தது.

முறை - உங்கள் முதுகை வைத்துப் படுங்கள். அதிகப்படியாக வளையாமல் உங்கள் இரண்டு கால்களையும் தூக்கிக்கொள்ளுங்கள், பின்னர் அதைத் தொடர்ந்து தலை, இடுப்பு, முதுகு ஆகியவற்றை வைத்துக்கொள்ள வேண்டும். நமது முட்டிகள் வளைந்திருக்கக்கூடாது என்பதுடன் சுவாசம் சீராக இருக்க வேண்டும். இந்த நிலையில் முடிந்தவரை இருந்துவிட்டு பிறகு மெதுவாகவும் கவனமாகவும் திரும்ப வேண்டும். துவக்கத்தில் இதை பத்து வினாடிகளுக்கு செய்ய வேண்டும். அதேசமயம் இதை 2-3 முறைகளுக்காவது செய்ய வேண்டும். இதை ஒரு நாளைக்கு ஒருமுறை மட்டும் செய்யுங்கள். இதைச் செய்தபிறகு சவாசனத்தை செய்யுங்கள்.

பலன்களும்/பயன்களும் - இது சர்க்கரை வியாதி, நுரையீரல், வயிறு பிரச்சினை உள்ளவர்களுக்கு பயன்மிக்கது. இது முதுகெலும்பை பலப்படுத்துகிறது. இது கேசம், முகம் மற்றும் கண்களுக்கு நல்லது. தைராய்டு மற்றும் பாராதைராய்டு சுரப்பிகளை இது மேம்படுத்துகிறது. இது ஆஸ்துமா, சுவாசப் பிரச்சினைகள், டி.பி. மற்றும் பெண்கள் சம்பந்தப்பட்ட பிரச்சினைகளுக்கு ஏற்றது.

முன்னெச்சரிக்கைகள் - மூட்டு நழுவல், கழுத்து வலி, இதயக் கோளாறுகள், உயர் இரத்த அழுத்தம் மற்றும் ஹெர்னியா நோயாளிகள் இதைத் தவிர்த்துவிட வேண்டும். இது சற்று சிரமமானது என்பதுடன், இதைச் செய்யும்போது பொறுமையாக இருங்கள். ஒரு திறமையான ஆசிரியரின் வழிகாட்டுதலில் இதைச் செய்யுங்கள்.

5. தனுராசனம் - நமது உடல் ஒரு வில்லைப் போன்ற வடிவம் எடுப்பதால் இது தனுராசனம் எனப்படுகிறது.

முறை - உங்கள் வயிற்றை வைத்து உட்காருங்கள், உங்கள் கால்களை உங்கள் மூட்டுக்களிலிருந்து வளைத்து வைத்துக்கொள்ளுங்கள். இப்போது மூச்சை வெளியிடும்போது, உங்கள் மூட்டுக்களை மேல்நோக்கி உயர்த்துங்கள். உங்களால்

முடிந்தவரை உடலை மேல்நோக்கி வைத்துக்கொள்ளுங்கள், நமது வயிறு தரையைத் தொட்டுக்கொண்டிருக்க வேண்டும். உங்களால் முடிந்தவரை இந்த நிலையில் இருந்துவிட்டு, பிறகு திரும்ப வந்து மூச்சை வெளியிடுங்கள். இந்த ஒரு சுற்றை தினமும் 3-5 முறைகளாவது செய்ய வேண்டும்.

பலன்களும்/பயன்களும்

இது மலச்சிக்கல், வாயுத்தொல்லை, செரிமானமின்மை மற்றும் பலவீனத்தை குணப்படுத்துகிறது. நமது மார்பை மேம்படுத்துவதோடு தொங்கு சதைகளை குறைக்கிறது. இது தொண்டை, கைகள் மற்றும் தோள்களுக்கு பயிற்சியளிக்கிறது. மலட்டுத்தன்மையும், மாதவிலக்கு பிரச்சினையும் உள்ள பெண்களுக்கு இது பயன்மிக்கது. நமது நுரையீரல் மற்றும் முதுகெலும்புகளை இது மசாஜ் செய்துவிடுகிறது.

முன்னெச்சரிக்கைகள் - இதய நோய்கள், உயர் இரத்த அழுத்தம் உள்ளவர்கள், அல்சர் மற்றும் ஹெர்னியா நோயாளிகள், கர்ப்பிணிகள் ஆகியோர் இதைத் தவிர்த்துவிட வேண்டும்.

உணவின் வழியாக பாலுறவு சக்தியை வலுப்படுத்துதல்:

1. தேங்காய் நீர் விந்தணுக்களின் எண்ணிக்கையை அதிகரிக்கிறது.
2. தினமும் வாழைப்பழத்தை பாலில் கலந்து சாப்பிடுங்கள்.
3. முளைவிட்ட கோதுமையை தினமும் சாப்பிடுங்கள்.
4. பாலுறவுக்கும் காதலுக்கும் ஏற்றதாக உள்ள விட்டமின் ஈ உள்ள பேரிக்காயை தினமும் சாப்பிடுங்கள்.
5. உங்கள் பாலுறவுச் செயல்பாட்டை அதிகரிக்கச் செய்கின்ற கடல் உணவுகளை சாப்பிடுங்கள்.
6. பாலுறவுக்கும், விந்து உற்பத்திக்கும் ஏற்றதாக உள்ள முட்டைக்கோஸ் மற்றும் காலிஃபிளவர் போன்றவை செலினியம் சக்தியைக் கொண்டிருக்கின்றன.
7. தினமும் வாட்டர்செஸ்ட்நெட் மாவை குறைந்தது 20-30 கிராம்களாவது சாப்பிடுங்கள்.
8. 50 கிராம் பனைவெல்லம் உடலுறவுக்குப் பின்னர் வலிமையைத் தரும்.
9. தினமும் வெறும் வயிற்றில் ஒரு ஆப்பிள் சாப்பிட்டுவிட்டு பால் சாப்பிடுங்கள். இது பாலுறவு சம்பந்தப்பட்ட பிரச்சினைகளுக்கு நல்லது.
10. தினமும் இரண்டு துணஅடு பூண்டை வெறும் வயிற்றில் சாப்பிடுங்கள். இது சூடு என்பதுடன் விந்தணுவிற்கு நல்லது.

◆◆◆

17

தண்ணீர், கைதட்டல் மற்றும் சிரிப்பைக் கொண்டு தீமைகளோடு போராடுதல்

யோகா மிக முக்கியமான அம்சங்கள் ஆசனம், பிரணாயம் மற்றும் தியானம் ஆகியவை. நாம் நமது வாழ்க்கையை வாழ்வதற்கு யோகா அத்தியாவசியமானது. யோகா இப்போது ஒரு நாகரீகமாக எடுத்துக் கொள்ளப்பட்டுள்ளது. ஆனால் இன்றைய வேகமான வாழ்க்கை முறையில் உடல் உழைப்பு முக்கியமானது என்பது உண்மை. யோகா நாகரீகமானது என்று ஏற்றுக்கொள்வதற்கில்லை என்று நிபுணர்கள் ஏற்றுக்கொள்வதில்லை, அது ஒரு வாழ்க்கை முறை.

குழந்தைகள், இளைஞர்கள், முதியவர்கள், நோயாளிகள், ஆரோக்கியமானவர்கள், ஆண்கள் பெண்கள் என்று அனைவருக்கும் யோகா ஏற்றது. தண்ணீர் யோகா, ஸ்வார் யோகா, கைதட்டல் யோகா மற்றும் சிரிப்பு யோகா ஆகியவற்றைக் கொண்டு நாம் எவ்வாறு ஒரு ஆரோக்கியமான வாழ்க்கையை வாழ்வது என்பது பற்றிப் பார்ப்போம்.

1. தண்ணீர் யோகா - ஒவ்வொரு நாள் காலையிலும், விடியலிலும், இரவு முடிந்து காலைநேரம் தொடங்காத நேரத்திலும் நாம் தண்ணீர் குடிக்கிறோம். ஒரு வெண்கலப் பாத்திரத்தில் ஒரு லிட்டர் தண்ணீரை இரவு முழுவதும் வைத்திருந்து வெறும் வயிற்றில் உங்களால் முடிந்தவரை குடியுங்கள். குடிக்கும்போது

உட்கார்ந்திருங்கள். ஒரு கிளாசிலிருந்து ஐந்து கிளாஸ் வரை குடியுங்கள்.

பலன்கள் - இதுபோல் தண்ணீர் குடிப்பது கழிவறையில் நம் வயிற்றை வெறுமை யாக்குவதற்கு உதவும். இது மலச்சிக்கலை குறைப்பதோடு வயிற்றுச் சூட்டையும் குறைக்கிறது. உடல் ஆரோக்கிய அறிவியலின்படி எல்லா பருவ காலங்களிலும் ஒருவர் தினமும் 5 முதல் 10 கிளாஸ் வரை தண்ணீர் குடிக்க வேண்டும். தண்ணீர் யோகா நம் வயிற்றை சுத்தப்படுத்துகிறது. நம் நோயெதிர்ப்பு சக்தியை மேம்படுத்தும் வகையில் நமது இரத்த ஓட்டம் செரிமான அமைப்பை மேம்படுத்துகிறது. இது உடல் சூட்டை சீராக வைத்திருப்பதோடு, சிறுநீரகங்களின் செயல்பாட்டையும் மேம்படுத்துகிறது. இது இரத்த வடிவத்தில் நம் உடலில் ஓடுகின்ற தண்ணீர். சிறுநீரகங்கள், நுரையீரல், தோல் மற்றும் செரிமான அமைப்பு ஆகியவற்றை தண்ணீர் சுறுசுறுப்பாக வைத்திருக்கிறது. நன்றாக தண்ணீர் குடிப்பது சிறுநீரகம், வியர்வை நாளங்கள் போன்ற உறுப்புக்களை சுறுசுறுப்பாக வைத்திருக்க உதவுகிறது. ஆயுர்வேதத்தின் கூற்றுப்படி காலையில் தண்ணீர் குடிப்பது யோகாவிலும் ஆயுர்வேதத்திலும் அமிர்தமாகும்.

2. ஸ்வார் யோகா - ஸ்வார் யோகா என்பது சத்த அறிவியல், அதாவது சுவாசித்தல் பறறிய நமது அறிவு மற்றும் அனுபவம். நாம் நமது வலது மூக்கு துவாரத்தால் சுவாசிக்கும்போது இது சூர்ய ஸ்வார் அல்லது பிங்லா எனப்படுகிறது. நாம் நமது இடதுபக்க மூக்கு துவாரத்தால் சுவாசிக்கும்போது அது சந்திரா ஸ்வார் அல்லது இர்ரா எனப்படுகிறது. மூன்றாவது நிலையில் இரண்டு துவாரங்களும் ஒன்றாக சுவாசிப்பது மத்திய ஸ்வார் அல்லது ஷுசும்னா எனப்படுகிறது.

ஹேத் மற்றும் ஸ்வர் யோகா

1. குளிக்கும்போது உங்கள் சூர்ய ஸ்வார் அல்லது பிங்லா வேலைசெய்தால், ஆஸ்துமா, ஜலதோஷம், இருமல் ஆகியவற்றால் பாதிக்கப்பட்டிருப்பவர்கள் இதை ஒரு சஞ்சீவினி முறையாக் எடுத்துக்கொள்ளலாம்.
2. மலச்சிக்கலால் பாதிக்கப்பட்டவர்கள் கழிப்பறைக்கு செல்லும் முன்னர் தங்களது சூர்ய ஸ்வாரை செயல்படுத்தினால் அல்லது அதன் வழியாக சுவாசித்தால் அவர்களது பிரச்சினை தீரும்
3. காய்ச்சலின்போது உங்கள் இடது ஸ்வாரை நீங்கள் செயல்படுத்தினால் அது உங்கள் ஆரோக்கியத்தை மீட்டெடுக்க உதவும்.
4. உணவு உண்ணும்போது நாம் நமது வலது ஸ்வாரை செயல்படுத்தினால் அது செரிமானத்திற்கு உதவும் என்பதுடன் வாயுப்பிரச்சினையையும் தீர்க்கும்.
5. தூக்கமின்மை பிரச்சினை உள்ள நோயாளிக்ள் தங்களது வலது ஸ்வாரை செயல்படுத்த வேண்டும், வலது பக்கமாக படுத்துறங்க முயற்சிக்க வேண்டும்.
6. உடலுறவின்போது ஆண்கள் தங்களது வலது ஸ்வாரையும் பெண்கள் தங்களது இடது ஸ்வாரையும் செயல்படுத்தினால் அவர்களுக்கு முடிவற்ற இன்பம் கிடைக்கும்.
7. சில நேரங்களில் நேர்காணல் அல்லது வியாபார பேரம் போன்ற முக்கியமான வேலையாக வீட்டை விட்டு புறப்படும்போது உங்கள்

வலது ஸ்வாரை செயல்படுத்தி உங்கள் வீட்டிலிருந்து வலது காலை வைத்து நடந்தால் வெற்றி கிடைக்கும்.

8. நாம் நமது வலது ஸ்வாரை இரவிலும், இடது ஸ்வாரை பகலிலும் செயல்படுத்தினால் நம் வாழ்நாள் முழுவதும் நாம் ஆரோக்கியமாக இருப்போம்.

விருப்பத்திற்கேற்ப ஸ்வரை மாற்றிக்கொள்ளுதல்

- ஓட்டப்பயிற்சியின்போதும் உடல்பயிற்சியின்போதும் நமது ஸ்வர் மாற்றம் பெறுகிறது
- நீங்கள் செயல்படுத்த விரும்பும் ஸ்வருக்கு தூங்கும் பக்கத்திற்கு எதிர் பக்கமாக ஆழமாக மூச்சை சுவாசிக்க வேண்டும். ஸ்வர் குறைந்த நேரத்திலேயே மாற்றம் பெற்றுவிடும்.
- நீங்கள் செயல்படுத்த விரும்பும் ஸ்வர் எதுவோ அதற்கு எதிர்பக்கமுள்ள கதவை மூடிவிடுங்கள்.

3. கைதட்டல் யோகா - அக்குபிரஷர், ஜின்-ஷின்டோ மற்றும் சுசோல் முறைகளின் கூற்றுப்படி எல்லா நோய்களையும் குணப்படுத்துவகதற்கான மையங்கள் நம் கைகளில் உள்ளன, அவற்றை அழுத்துவதால் நமக்கு உடனடியாக விடுதலை கிடைக்கிறது. கைதட்டல் யோகா இதில் ஒரு பரிணாமம். பாடலைப் பாடிக்கொண்டோ பஜனை செய்துகொண்டோ கைதட்டுவது ஒரு பழமையான முறை. மக்கள் தங்கள் உணர்வுகளை கைதட்டல் மூலம் வெளிப்படுத்துகிறார்கள். கைதட்டல் மகிழ்ச்சியை வெளிப்படுத்துவதோடு நம்மை ஆரோக்கியமாக வைத்திருக்கிறது.

கைதட்டுவதற்கு நம் பாதங்களை நாம் ஒன்றோடொன்று அழுத்தமாக மடித்து வைத்துக்கொள்ள வேண்டும். இது அந்த மையங்களை இயக்குகிறது, நாம் நமது நோய்கள் குணமாவதை மெல்ல உணர்ந்துகொள்ள முடியும். நாம் இந்த யோகாவிற்கான நல்ல உதாரணங்களை கோயில்களில் காணமுடியும். நாம் யோகா பயிற்சிக்காக கைதட்டும்போது அது ஒரு குறிப்பிட்ட ஒலியானது சூழ்நிலையை மகிழ்ச்சிப்படுத்தும் சப்த அலையை உருவாக்குகிறது. இது நமது இரத்த அணுக்களுக்கான வலிமையை வழங்குகிறது, நோயெதிர்ப்பு சக்தியை

அதிகரிக்கிறது. மலச்சிக்கல், வாயுத்தொல்லை, பசியின்மை போன்ற செரிமானக் கோளாறுகளால் பாதிக்கப்பட்டவர்கள்

இதை பயிற்சி செய்ய வேண்டும். உங்கள் வலது கையின் நான்கு விரல்கள் இடது கையின் உள்ளங்கையை தட்ட வேண்டும், தினமும் ஐந்து நிமிடங்களுக்கு இந்த ஒலி ஒரேவிதமாக வரும்படி முயற்சி செய்யுங்கள். ஒருசில நாட்களில் நீங்கள் குணமடைவீர்கள். முதுகு வலி, மூட்டு வலி, பக்கவாதம், கழுத்து வலி உள்ளவர்கள் இதை பத்து நிமிடங்களுக்கு பயிற்சி செய்ய வேண்டும். ஒவ்வொரு கைதட்டலுக்கும் விரல்கள் விரல்களைத் தொடவேண்டும், உள்ளங்கைகள் உள்ளங்கைகளை தொட வேண்டும் என்பதை நினைவில் வைத்துக்கொள்ளுங்கள். இரண்டு நாட்களில் நீங்கள் குணமடைவீர்கள்.

இது குறைந்த இரத்த அழுத்தம் உள்ள நோயாளிகளுக்கு ஒரு இணையற்ற மருந்து. இரண்டு கைகளாலும் தட்டும்போது விறைப்பான நிலையில் நின்றுகொண்டு பயிற்சி செய்யுங்கள், கைகளை மேலே தூக்கிக்கொண்டு சுற்றி வாருங்கள். அசைவது அடிமுதல் பாதம்வரை சுழற்சி முறையில் இருக்க வேண்டும் என்பதை நினைவில் வைத்துக்கொள்ளுங்கள். இது ஆற்றலையும் இரத்த அழுத்தத்தையும் சீராக்குகிறது. கைதட்டல் யோகா நுரையீரல்களையும், இதயத்தையும் வலுப்படுத்துகிறது. கைதட்டல் யோகாவிற்கான சிறந்த உதாரணம் உலகம் முழுவதிலுமுள்ள கின்னார் மக்கள் இதய நோயாலோ இரத்த அழுத்தத்தினாலோ பாதிக்கப்படவில்லை என்பதாகும். நாம் கைதட்டும்போது தியான நிலைக்கு வருகிறோம், எனவே கவலை, கோபம், எரிச்சல், கவனமின்மை ஆகியவற்றிலிருந்து நாம் விடுபடலாம்.

4. ஹாஸ்ய யோகா (சிரிப்பு)

ஒருவரது உடல் ஆரோக்கியம், மன அமைதி மற்றும் உட்புற திருப்தியை

அளவிடுவதற்கு ஒரேயொரு அளவுகோல்தான் உள்ளது, அதுதான் சிரிப்பு. ஒரு மகிழ்ச்சியான மனிதன் நீண்டகாலம் வாழ்கிறான். சிரிப்பு உட்புற நடைப்பயிற்சி என்றும் அழைக்கப்படுகிறது. நமது முன்னோர்கள் ஹாஸ்ய யோகாவின் முக்கியத்துவத்தை 6000 வருடங்களுக்கு முன்பே அடையாளம் கண்டுள்ளனர். நாம் நமது சிரிப்பின் முக்கியத்துவத்தை உணர்ந்துகொண்டால் மருத்துவரிடம் போகவேண்டிய தேவை இருக்காது.

சிரிப்பு ஒரு சிறந்த மருந்து. இது நமது இரத்த ஓட்டம், செரிமானம் மற்றும் நோயெதிர்ப்பு சக்திகளை புதுப்பிக்கிறது. இது நமது உடலிலிருந்கு அதிகப்படியான கார்பன் டை ஆக்ஸைடை வெளியேற்றுகிறது. ஒரு ஆராய்ச்சியின்படி சிரிக்கும்போது நமது உடலின் 600 தசைகள் ஒரே நேரத்தில் பயிற்சி பெறுகின்றன.

◆◆◆

18
கடும் முதுகு வலிக்கான ஆசனங்கள்

பெரும்பான்மையான மக்கள் முதுகுவலியால் பாதிக்கப்பட்டிருக் கின்றனர். இந்திய தண்டுவட சங்கத்தின் கூற்றுப்படி இந்தியாவில் 10-15 சதவிகித மக்கள் முதுகுவலியால் பாதிக்கப்பட்டிருக்கின்றனர். அதாவது கிட்டத்தட்ட 15 கோடிபேர் இந்த வகையான பிரச்சினையால் பாதிக்கப்பட்டிருக்கின்றனர். நாம் சிந்தித்துப் பார்த்தால் ஆயிரக்கணக்கான வருடங்களுக்கு முன்பே நம்முடைய குருமார்கள் இதற்கான தீர்வை யோகா, ஆசனம் மற்றும் பிரணாயம் வழியாக கண்டுபிடித்திருப்பதை காணலாம்.

மத்திய காலத்திலும் பழங்காலத்திலும் மக்கள் முதுகுவலியால் அவதிப்பட்டிருக்கின்றனர், ஆனால் நாம் வரும்முன் காப்போம் விதியை பின்பற்றினால் நாம் இந்தப் பிரச்சினையிலிருந்து விடுபடலாம். நவீன காலத்தின் பரிசளிப்பான முதுகு வலி அலட்சியம், கடும் உழைப்பு, கவலை, உட்காரும் முறை, தூங்கும்போதும், வேலை செய்யும்போது மோசமான முறையில் இருப்பது ஆகியவற்றால் ஏற்படுகிறது. முதுகெலும்பு வெர்ட்ரெப்ரல் காலம் என்று அழைக்கப்படுகிறது. இது நமது மீதமுள்ள எலும்புகளுக்கு உதவி அளிக்கிறது. சில காரணங்களால் நம் முதுகெலும்பில் பிரச்சினை ஏற்படும்போது நமக்கு முதுகு வலியும் கழுத்து வலியும் ஏற்படுகிறது. இந்த முதுகு வலிக்கு உடல்ரீதியான, மனரீதியான காரணங்களும் உள்ளன. பெரும்பான்மையான பெண்களிடத்தில் இது மாதவிலக்கு பிரச்சினைகள், ஹார்மோன் மாற்றம் அல்லது கர்ப்பமடைதல் பிரச்சினைகளால் ஏற்படுகிறது. நாம் தூங்கும் படுக்கை முதுகு வலியை ஏற்படுத்துவதிலோ அதை தீர்ப்பதிலோ முக்கிய பங்கு வகிக்கிறது. இந்தப் பிரச்சினையை யோகா, சில முன்னெச்சரிக்கைகள், வாழ்வில் ஆரோக்கியமாகவும் மகிழ்ச்சியாகவும் இருப்பதன் மூலம் எவ்வாறு தீர்ப்பது என்பதைப் பற்றி இந்த அத்தியாயத்தில் பார்ப்போம்.

யோகா நமது குருமார்களாலும் துறவிகளாலும் செய்யப்பட்டு வந்தது, ஆனால் அறிவியலின் அங்கீகாரத்திற்குப் பின்னர் மக்கள் இப்போது இதை ஏற்றுக்கொள்ள துவங்கியுள்ளனர், ஏனெனில் யோகா நமது உடலிலும் மனதிலும் தாக்கமேற்படுத்துகின்றது. ஆசனங்கள் நமது உடலிலும், தசைகளிலும் மென்மையான மாற்றத்தை ஏற்படுத்துகிறது. இந்த ஆசனம் நமது சுரப்பிகள், நரம்பு மண்டல அமைப்பில் மாற்றம் ஏற்படுத்துவதோடு மற்ற உடலியல் செயல்பாட்டு அமைப்புக்களையும் கட்டுப்படுத்துகிறது. முதுகுவலி சிகிச்சைக்கான சில ஆசனங்கள்-

1. புஜங்காசனம்
2. அஸ்த்ராசனம்
3. சலபாசனம்

4. மயூராசனம்
5. நாகாசனம்
6. மத்ஸ்யாசனம்
7. சுப்த்வஜ்ராசனம்
8. சுக்ராசனம்
9. நாபிதர்சாசனம்
10. தியானம்

1. புஜங்காசனம் - இந்த ஆசனத்தில் நமது உடல் ஒரு பாம்பைப் போல் காணப்படுவதால் இதற்கு இந்தப் பெயர் வந்தது.

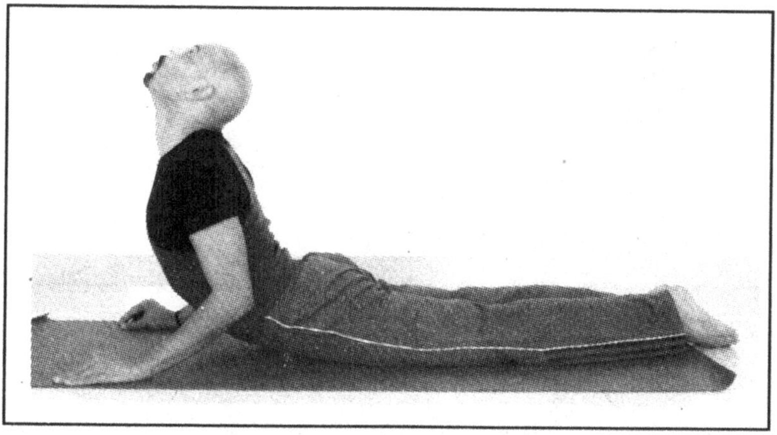

முறை - உங்கள் வயிறு, தொடைகள், முட்டிகள் மற்றும் கால்களை ஒன்றாக வைத்துக்கொண்டு தரையில் படுங்கள். உங்கள் கால்விரல்களை வெளிப்புறமாக நீட்டிக்கொள்ளுங்கள், உங்கள் கைகளை அக்குள்களுக்கு பக்கத்தில் வைத்துகொள்ள வேண்டும், முழங்கைகள் தரையைத் தொட்டுக்கொண்டிருக்க வேண்டும். இப்போது உங்கள் உடல்பகுதியை தரைக்கு மேல் உயர்த்தி வைத்துக்கொள்ளுங்கள், இரண்டு முழங்கைகளும் லேசாக வளைந்திருக்க வேண்டும் என்பதுடன் கழுத்து பின்னோக்கி இருக்க வேண்டும். இந்த நிலையிலேயே இருங்கள். உங்கள் சுவாசத்தை சீராக வைத்துக்கொள்ள வேண்டும். உங்கள் உடலை அதிகப்படியாக நீட்டிவைத்துக்கொள்ளாதீர்கள், இப்போது பழைய நிலைக்கு திரும்பி வாருங்கள். இந்த ஆசனத்தை குறைந்தது 5 சுற்றுக்களாவது செய்ய வேண்டும்.

பலன்களும்/பயன்களும்

இந்த ஆசனம் முதுகு வலி, இடுப்பு வலி மற்றும் கழுத்து வலி ஆகியவற்றிற்கு உதவுகிறது. நாக்கு, தைராய்டு சுரப்பிகள் ஆரோக்கியமாக இருப்பதுடன், வயிற்றுப் பிரச்சினைகளும் தீர்கின்றன. முதுகு, மார்பு, இதயம், கழுத்து, தோள்கள், தசைகள் ஆகியவை வலுப்படுகின்றன. இதனால் நுரையீரலும் பலன் பெறுகிறது. இது டயபடீஸிற்கு சஞ்சீவினியாக செயல்படுகிறது. இது பெண்களின் கருப்பை மற்றும் சிறுநீரகத்திற்கு பலனளிக்கிறது.

முன்னெச்சரிக்கைகள் - ஹெர்னியா, அல்சர், இதயப் பிரச்சினை உள்ளவர்கள்

இந்தப் பயிற்சியை தவிர்த்துவிட வேண்டும். கர்ப்பிணிகள் இந்தப் பயிற்சியை ஒரு முறையான ஆசிரியரின் வழிகாட்டுதலின்கீழ் செய்ய வேண்டும்.

2. சலபாசனம் - நமது உடல் விட்டில்பூச்சியின் வடிவம் பெறுவதால் இதற்கு இந்தப் பெயர் வந்தது.

முறை - உங்கள் வயிற்றை வைத்துப் படுங்கள், உங்கள் இரண்டு கைகளையும் தொடைகளுக்கு கீழே வைத்துக்கொள்ளுங்கள், தாடை தரையைத் தொட்டபடி இருக்க வேண்டும். இரண்டு கால்களும் ஒன்றாக நீட்டப்பட்டிருக்க வேண்டும். மூச்சை உள்ளிழுக்கும்போது தலை, கழுத்து மற்றும் தோள்கள் ஆகியவற்றோடு உங்கள் பின்புறத்தை மேலுயர்த்த வேண்டும், உங்கள் உடலின் மொத்த எடையும்

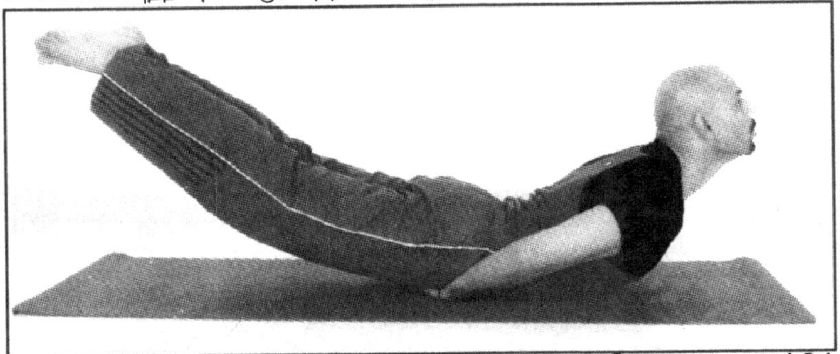

உங்கள் கைகளில் இருக்க வேண்டும். இப்போது உங்கள் தொடைகளை மட்டும் உயர்த்த முயற்சி செய்யுங்கள். மூச்சை உள்ளிழுத்த நிலையிலேயே உங்களால் முடிந்தவரை இருந்துவிட்டு மூச்சை வெளியிடும்போது மெதுவாக பழைய நிலைக்கு திரும்பி வாருங்கள். இது ஒரு சுற்று இதைக் குறைந்தது 3-5 முறைகளாவது செய்யுங்கள்.

பலன்களும்/பயன்களும் - தொப்பூழுக்கு சிறந்த பயிற்சி. நமது மார்பும் தோள்களும் வலுவும் விரிவும் பெறுகிறது. இது செரிமான அமைப்பிற்கு ஏற்றது என்பதுடன் கீழ்ப்புற எலும்புகள் வலுவடைகின்றன. இது ஆசனம் பெண்களின் மாதவிலக்கு பிரச்சினைகள், கர்ப்பக் கோளாறு ஆகியவற்றுக்கு உதவுகிறது. விந்தணு சம்பந்தப்பட்ட பிரச்சினைகளையும் இது தீர்க்கிறது.

முன்னெச்சரிக்கைகள் - இதயக் கோளாறுகள், உயர் இரத்த அழுத்தம் மற்றும் அல்சர், ஹெர்னியா உள்ளவர்கள் இந்தப் பயிற்சியை தவிர்த்துவிட வேண்டும்.

குறிப்பு ரூ இது சற்றே சிக்கலான யோகா. எனவே இதைச் செய்யும்போது அவசரப்படாதீர்கள்.

3. சக்ராசனம் - நமது உடல் ஒரு சக்கரத்தின் வடிவம் எடுப்பதால் இதற்கு சக்ராசனம் என்று பெயர்.

முறை - உங்கள் முதுகை வைத்துப் படுங்கள், உங்கள் கால் உங்கள் இடுப்பை தொட்டுக்கொண்டிருக்கட்டும். இரண்டு கால்களுக்கும் இடையே சற்று இடைவெளி இருக்க வேண்டும். உங்கள் இரண்டு கால்களையும் தலைக்கு அருகில் வைத்துக்கொள்ளுங்கள், முழங்கையும் மணிக்கட்டும் வளைந்திருக்கட்டும். இப்போது உங்கள் முதுகை தரையிலிருந்து தூக்கிக்கொள்ளுங்கள், முட்டிகள் தரையை நோக்கி செல்ல வேண்டும். உங்கள் கைகளை பின்புறமாக தரையில் வைத்துக்கொள்ளுங்கள். இப்போது கைகள் மற்றும் கால்களின் உதவியுடன் உங்கள்

உடலை தூக்கி வைத்துக்கொள்ளுங்கள். உங்கள் கைகளையும் கால்களையும் சமமாக வைத்துக்கொள்ளுங்கள். முடிந்தவரை இந்த நிலையில் இருங்கள். இதை ஒரு நாளைக்கு மூன்று முறை செய்யுங்கள். சுவாசம் சீராக இருக்க வேண்டும்.

பலன்களும்/பயன்களும் - இந்த ஆசனம் நம் முதுகெலும்பில் மாற்றம் ஏற்படுத்துகிறது. இது நம் உடலுக்கும் நெகிழ்வுத் தன்மையை வழங்குகிறது. இது கலைகர்கள் மற்றும் நடனமாடுபவர்களுக்கு ஒரு வரப்பிரசாதம். இது கைகள் நடுங்குவது, தலைவலி, வயிறு மற்றும் முதுகுப் பிரச்சினைகலை தீர்க்கிறது. இது கால்கள், முட்டிகள், தொடை, மணிக்கட்டு மற்றும் பாதங்களுக்கு வலுவைத் தருகிறது. முதுகெலும்பு வலுவாக உள்ளவர்கள் முதுமையிலும் இளமையாக இருப்பார்கள் என்பது பொதுவான கருத்தாகும்.

முன்னெச்சரிக்கைகள் - இதய நோய்கள், உயர் இரத்த அழுத்தம் உள்ளவர்கள், கர்ப்பிணிகள் மற்றும் மாதவிலக்கு சுழற்சியில் இருப்பவர்கள் இந்தப் பயிற்சியை தவிர்த்துவிட வேண்டும். இது சிக்கலான ஒன்று என்பதால் இதை ஒரு முறையான ஆசிரியரின் உதவியோடு செய்ய வேண்டும்.

சில குறிப்பிட்ட முன்னெச்சரிக்கைகள்:

1. உங்கள் எடையை இரண்டு கால்களிலும் சமமாக வைத்துக்கொண்டு நில்லுங்கள்.
2. அதிகப்படியாக மென் குஷன்கள் பயன்படுத்துவதை தவிர்த்திடுங்கள். இவர்கள் தூங்குவதற்கு கடினமான படுக்கையை பயன்படுத்த வேண்டும்.
3. உடலுறவின்போது வலது பக்கமாக படுத்திருங்கள்.
4. ஹைஹீல்ஸ் ஷூ பயன்படுத்துவதை தவிர்த்திடுங்கள்.
5. வண்டி ஓட்டும்போது நேரான நிலையில் உட்கார்ந்திருங்கள்.
6. வயிற்றை வைத்து தூங்குவதை தவிர்த்திடுங்கள், பதிலாக முதுகை வைத்துத் தூங்குங்கள்.
7. கடுமையான வலியோடு உடலுழைப்பில் ஈடுபடுவதை தவிர்த்திடுங்கள்.
8. கடுமையான வலிக்கு அந்த இடத்தில் சுடுநீரை பயன்படுத்துங்கள்.
9. வீடு அல்லது அலுவலகத்தில் வேலை செய்யும்போது கால்களுக்கு ஓய்வளித்திடுங்கள், இடைப்பட்ட நேரத்தில் எழுந்து நின்றுகொள்ளுங்கள்.
10. தினமும் பத்து நிமிடங்களுக்கு தியானம் செய்யுங்கள், உங்கள் சகிப்பத் திறனை அதிகரித்துக்கொண்டு வலியை மறக்க முயற்சி செய்யுங்கள்.

◆◆◆

19

அலுவலக யோகா

நாம் வலிமையான மன உறுதியைக் கொண்டிருந்தால் நாம் ஆரோக்கியமாக இருக்கலாம், இதை அலுவலகத்தில் கிடைக்கின்ற குறைந்தபட்ச நேரத்தில் செய்யும் யோகாவின் மூலமே அடையலாம். இருப்பினும், அறிவுக்கு எல்லை என்பது இல்லை, அது ஒரு ஆழமான யோகா. இந்தச் சுழற்சியில் நாம் நமது இதயம், நுரையீரல்கள், முதுகு, அடிமுதுகு, வயிறு, கைகள் மற்றும் கால்களை எவ்வாறு பாதுகாப்பது என்பதைப் பற்றிப் பார்ப்போம். இந்தச் செயல்பாடுகள் ஒரு பக்கம் நமது திறனை மேம்படுத்துகிறது, மறுபக்கம் நமது ஆளுமைக்கான திறனை வழங்குகிறது, வாழ்வு, சமூகம் மற்றும் நாட்டிற்கான நேர்மறை சிந்தனைகளை வழங்குகிறது. இந்த நடவடிக்கைகள் நமது முதுகெலும்பு மற்றும் மார்புப் பகுதிக்கான வலுவைத் தருவதோடு மட்டுமல்லாமல் வாழ்வு முழுவதும் நம்மை ஆரோக்கியமாக இருக்கச் செய்கிறது. யோகாவுடன் நாம் இயற்கையின் விதிகளை காலையிலிருந்து இரவுவரை உணர்ந்துகொண்டோம் என்றால் இது நமது தினசரி நடவடிக்கையை பாதுகாக்கும். பின்னர் இந்த நாட்டின் ஒவ்வொரு குடிமகனும் ஆரோக்கியமாக இருக்கலாம் என்பதுடன் நமது நாட்டை முன்னேற்றத்தை நோக்கி அழைத்துச் செல்லும்.

A. இதயத்தையும் நுரையீரல்களையும் ஆரோக்கியமாக வைத்திருத்தல் -

1. இதயத்தின் செயல்பாடு - அலுவலகத்திலோ வீட்டிலோ உள்ள நாற்காலியில் வசதியாக உட்காருங்கள், நாற்காலியின் இடது கைப்பிடியில் உங்கள் கையை வையுங்கள். முதுகும் கழுத்தும் நேராக இருக்க வேண்டும், உடல், முகம் மற்றும் கண்கள் தளர்வாக இருக்க வேண்டும். இப்போது உங்கள் உள்ளங்கையை கப்

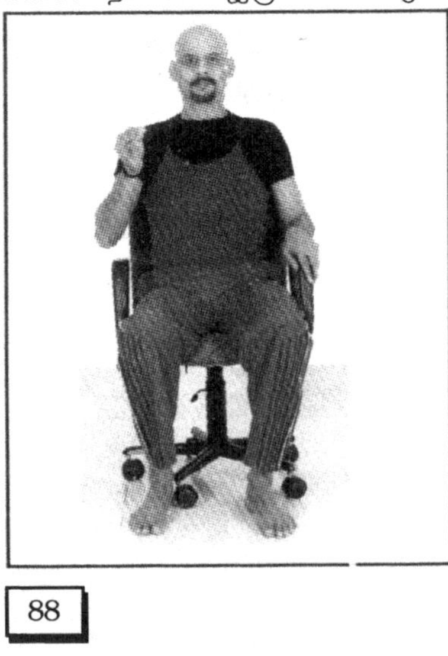

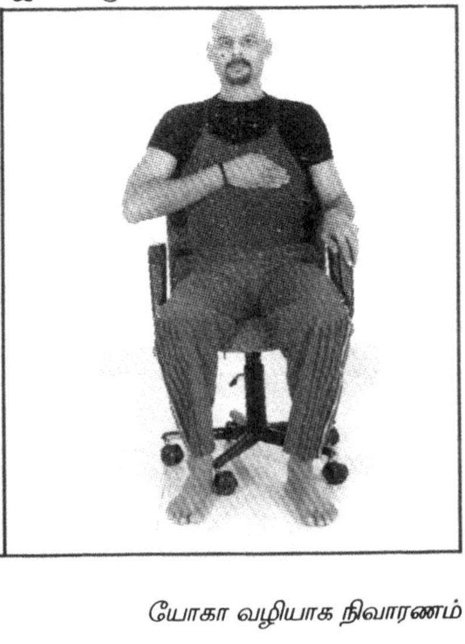

வடிவத்தில் வைத்துக்கொள்ளுங்கள், இந்தக் கையை மார்பின் இடது பக்கமுள்ள இதயப்பகுதியில் அடியுங்கள். இந்தப் பயிற்சியை 50 முறை செய்யுங்கள்.

பலன்கள்- இந்தச் செயல்பாடு நமது இதயத்தை மசாஜ் செய்ய உதவுகிறது. இது நமது இரத்த ஓட்டத்தையும் இதயத்தையும் வலுப்படுத்துகிறது. இது நமது இதயத்தை வலுப்படுத்துகிறது.

2. நுரையீரலின் செயல்பாடு - நாம் சுவாசிக்கும் ஒவ்வொரு முறையும் 500 கியூபிக் சென்டிமீட்டர் காற்றை நாம் உள்ளிழுக்கிறோம், ஆனால் இந்தச் செயல்பாட்டின் போது நாம் 3000 கியூபிக் சென்டிமீட்டர் காற்றை உள்ளிழுக்கிறோம். நாற்காலியில் வசதியாக உட்காருங்கள். உங்களால் முடிந்தவரை மூக்கின் வழியாக மூச்சை உள்ளிழுத்தபடி உங்கள் மார்பை விரித்து வைத்துக்கொள்ளுங்கள், இப்போது மூச்சை பிடித்துவைத்துக்கொண்டு காற்றை வெளியிடுங்கள். இந்தப் பயிற்சியை

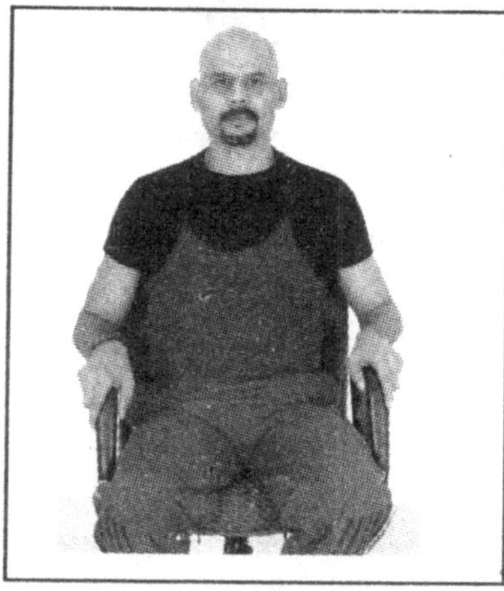

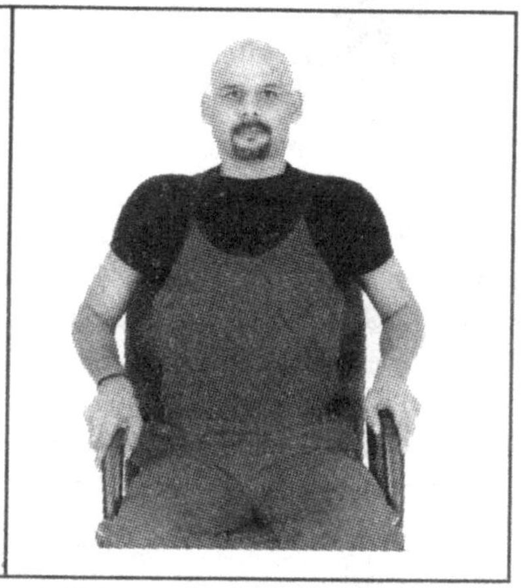

குறைந்தது 10-15 முறைகளுக்கு செய்யுங்கள். இந்தப் பயிற்சி முழுவதிலும் உங்கள் கண்கள் மூடியபடி இருக்க வேண்டும், நாம் உட்புறத்தில் நேர்மறையான ஆற்றலை எடுத்துக்கொள்வதுபோன்றும், எதிர்மறையான ஆற்றலை வெளியிடுவது போன்றும் உணர வேண்டும். இந்த உணர்வு மிகவும் பயன்மிக்கதாகும்.

குறிப்பு - இதய நோயாளிகள், உயர் இரத்த அழுத்தம் உள்ளவர்கள் இப்படியாக மூச்சைப் பிடிக்கக்கூடாது. மூச்சை உள்ளிழுப்பதோடும் வெளியிடுவதோடும் வைத்துக்கொள்ள வேண்டும்.

பலன்கள் - நாம் அதிகமான காற்றை உள்ளிழுக்கிறோம். நமது நுரையீரல் களுக்கான திறன் அதிகரிக்கிறது. இது ஆஸ்துமா மற்றும் டி.பி.நோயாளிகளுக்கு பயன்மிக்கது.

3. அடிமுதுகுப் பகுதி செயல்பாடு 1

நாற்காலியில் சௌகரியமாக உட்கார்ந்துகொண்டு உங்கள் கால்களை ஒன்றாக வைத்துக்கொள்ளுங்கள். இப்போது உங்கள் பின்புற அடிப்பகுதியை இடது பக்கத்திற்கு வளைத்து, கழுத்தையும், வலது கையையும் வலது பக்கத்திற்கு வளைக்க வேண்டும். நாற்காலியின் வலது கைப்பிடியை இடது கையால் பிடித்துக் கொள்ளுங்கள். இந்த நிலையில் இருந்தபடி மற்றொரு பக்கத்திலிருந்து செய்யுங்கள். இதைச் செய்யும்போது உங்கள் கண்களை திறந்து வைத்துக்கொள்ளுங்கள். இரண்டு

பக்கத்திலிருந்தும் குறைந்தது 10 நிமிடங்களுக்காவது இதைச் செய்யுங்கள்.

4. அடிமுதுகுப் பகுதி செயல்பாடு 2 - உங்கள் நாற்காலியின் முன்புறப் பகுதியில் உட்கார்ந்துகொள்ளுங்கள், உங்கள் தோள்களுக்கு இடையில் ஓரேவிதமான இடைவெளியை வைத்துக்கொள்ளுங்கள். இப்போது உங்கள் இடது கையை மேல்புறமாக தூக்கி சுவாசியுங்கள், வலதுகை பாதங்களுக்கு இடைப்பட்ட பகுதியில் தரையைத் தொட்டுக்கொண்டிருக்க வேண்டும். இந்த நிலையில் ஐந்து

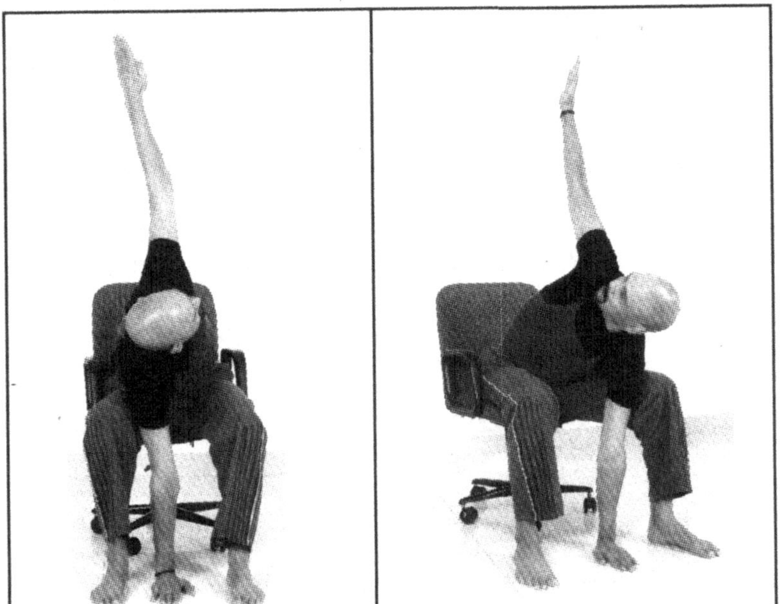

நிமிடங்களுக்கு இருங்கள். கண்களும் கழுத்தும் மேல்நோக்கி இருக்க வேண்டும். இதை மற்றொரு பக்கத்திலிகருந்தும் செய்ய வேண்டும். இரண்டு பக்கத்திற்கும் இதை 10 நிமிடங்களுக்கு செய்ய வேண்டும்.

பலன்கள் - இது அடிமுதுகு சம்பந்தப்பட்ட எல்லா பிரச்சினைகளையும் தீர்க்கிறது, முதுகிலிருந்து கொழுப்பை நீக்கி வலுப்படுத்துகிறது.

குறிப்பு - மதிய உணவிற்கும் இந்தப் பயிற்சிக்கும் இடையே குறைந்தபட்சம் 3 மணிநேர இடைவெளியாவது இருக்க வேண்டும் என்பதை நினைவில் வைத்துக்கொள்ளுங்கள்.

5. வயிற்றுச் செய்ல்பாடு - நாற்காலியில் உட்கார்ந்து உங்கள் இரண்டு கைகளையும் நாற்காலியின் கைப்பிடியில் வைத்துக்கொண்டு உங்கள் வயிற்றை சுவாசத்தால்

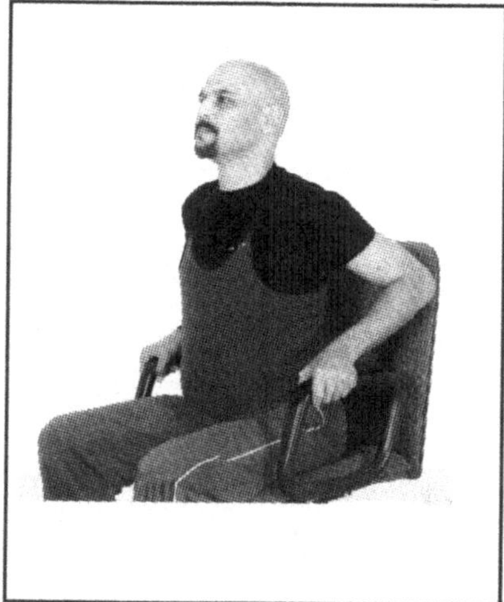

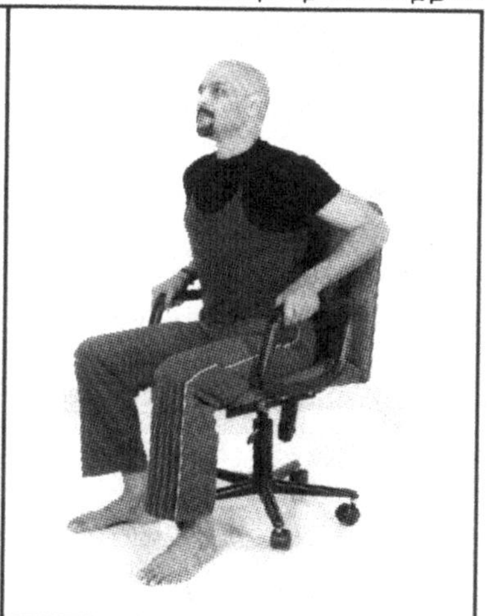

நிரப்பி வயிற்றை வெளித்தள்ள வேண்டும். இந்த நிலையிலேயே இருந்துவிட்டு மெதுவாக காற்றை வெளியிட வேண்டும், உங்கள் வயிற்றை முடிந்தவரை அந்த நிலையிலேயே வைத்துக்கொள்ள வேண்டும். உங்களால் முடிந்தவரை இந்தப் பயிற்சியை செய்யுங்கள்.

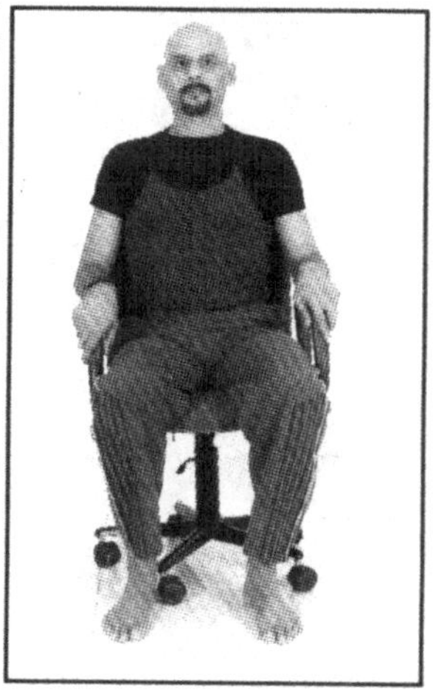

6. பவர் சோன் - இந்தச் செயல்பாட்டில் மேற்கூறிய முறையில் உட்கார்ந்துகொண்டு சுவாசிக்கும்போது உங்கள் வயிற்றை உட்புறமாக வைத்துக்கொண்டு உட்கார்ந்திருங்கள் ஆனால் சுவாசம் சீரா , இருக்க வேண்டும். இதை உங்களால் முடிந்தவ ை பயிற்சி செய்யுங்கள்.

பலன்கள் - நாம் இந்தப் பயிற்சியின் மூலம் நமது வயிற்றை குறைத்துக்கொள்ளலாம். இந்தப் பயிற்சி நமது உடல், மனம் மற்றும் சுவாசத்தை சமநிலையில் வைத்திருக்கிறது. இந்தப் பயிற்சி நமது வயிற்றின் தசைகளை வலுப்படுத்துகிறது.

குறிப்பு- இதய நோயாளிகள், அல்சர் நோயாளிகள்,

உயர் இரத்த அழுத்தம் உள்ளவர்கள் இதைத் தவிர்த்துவிட வேண்டும். இந்தப் பயிற்சிக்கு இடையில் 3 மணிநேர இடைவெளி இருக்க வேண்டும்.

7. முதுகுப் பயிற்சி 1 - சுவற்றிற்கு அருகில் நேராக நில்லுங்கள் இதனால் உங்கள் மார்பு தரையின் அடிப்பகுதியை தொட்டுக் கொண்டிருக்கும். முதுகும் கழுத்தும் நேராக இருக்க வேண்டும், இப்போது உங்கள் வலது கையை 30-45 டிகிரிகளுக்கு மேல் வளைக்காமல் பின்புறம் வைத்துக் கொள்ளுங்கள். உங்கள் மனதில் பத்து வரை எண்ணிக்கொண்டு மற்றொரு காலுக்கு அதைச் செய்யுங்கள், உங்கள் சுவாசத்தை சீராக வைத்துக் கொள்ளுங்கள். இதை பத்து முறைகளுக்கு செய்யுங்கள்.

8. முதுகுப் பயிற்சி 2 - நாற்காலியில் உட்காருங்கள். முட்டிகளும் கால்களும் ஒன்றாக இருக்க வேண்டும், இப்போது உங்கள் வலதுகையால் நாற்காலியின் முன்பகுதியை பிடித்துக்கொள்ளுங்கள். இப்போது உங்கள் உடலை இடது பக்கம் வளைத்துக்கொள்ளுங்கள், பின்பக்கத்திலிருந்து உங்கள் தோள்களைப் பார்க்க முயற்சி செய்யுங்கள், நாற்காலியின் வலது பக்கத்தை உங்கள் இடது கையால் பிடித்துக்கொள்ளுங்கள். ஐந்து நிமிடகளுக்கு பிடித்து வைத்துக்கொண்டு பின்னர் மற்றொரு பக்கத்திற்கு இந்தப் பயிற்சியை செய்யுங்கள்.

9. முதுகுப் பயிற்சி 3 - நாற்காலியில் வசிதியாக உட்காருங்கள், கால்களை ஒன்றாக

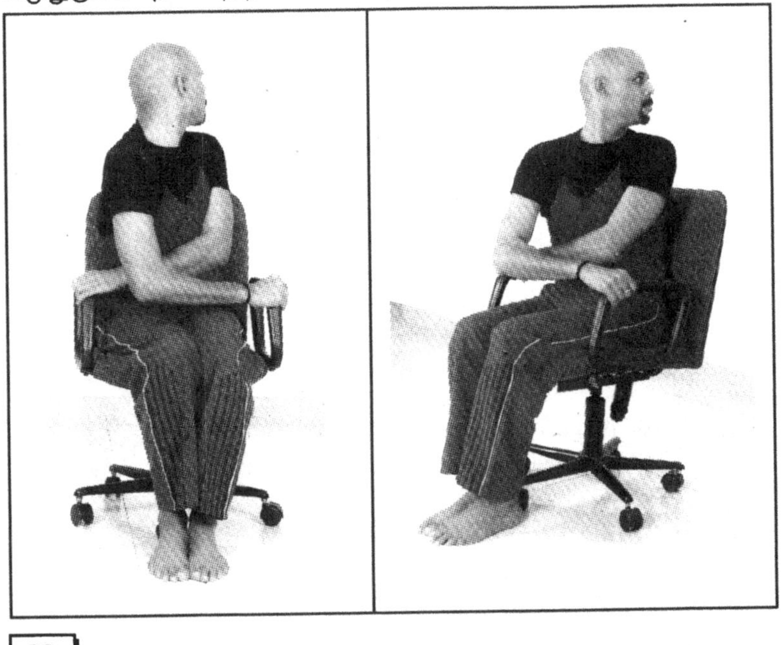

வைத்துக்கொள்ளுங்கள், முதுகு முற்றிலும் நேராக இருக்க வேண்டும், இப்போது நாற்காலியின் முன்பகுதியை உங்கள் இரண்டு கைகளாலும் பிடித்துக்கொண்டு உங்கள் தோள்களையும் கழுத்தையும் முன்பக்கத்திற்கு வளையுங்கள். நாற்காலியின் இரண்டு பக்கத்தையும் பிடித்து வைத்துக்கொண்டு உங்கள் முதுகை வளைவாக வைத்துக்கொள்ளும் சமயத்தில் கழுத்தையும் தலையையும் நேராக வைத்துக்கொள்ளுங்கள்.

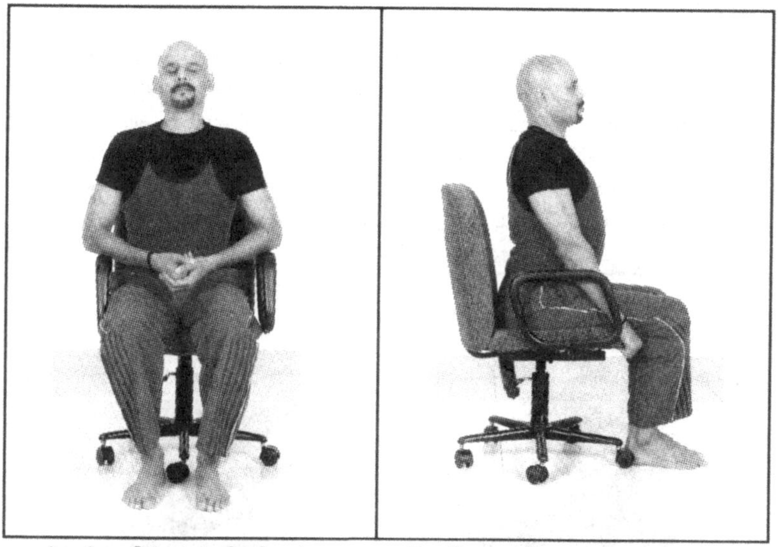

பலன்கள் - இந்தப் பயிற்சி நம் முதுகை மெலிதாகவும் வலுவாகவும் வைத்துக் கொள்ளக்கூடிய வெர்டப்ரல் காலத்தில் நேரடியான தாக்கமேற்படுத்துகிறது. இது முதுமையை விலகியிருக்கச் செய்வதுடன் ஒவ்வொருவரையும் குணப்படுத்துகிறது.

10. மௌனப் பயிற்சி - மௌனம் சிறப்பானவற்றை செய்யும் என்று சொல்லப் படுவதுண்டு. மகாவீரர் 12 வருடங்களுக்கு மௌனமாக இருந்தார், தன்னுடைய மாணவர்களிடத்திலும் தேவையில்லாமல் பேசவேண்டாம் என்று கூறினார். அலுவலக யோகாவில் நாம் நமது நாற்காலியில் மொனமாக உட்கார்ந்தபடி இதைப் பயிற்சி செய்யலாம். நாம் நமது வேலையை எந்தப் பேச்சும் இல்லாமல் செய்யவேண்டும். இதை அரைமணி நேரத்திற்காவது செய்யுங்கள்.

பலன்கள் - நமது இருப்பை நாம் உணர்ந்துகொள்வதற்கு மௌனம் உதிவிகரமானது. மௌனம் என்பது மகிழ்ச்சியின் பைலட் என்று ஷேக்ஸ்பியர் கூறியுள்ளார். மௌனம் நமக்கு சக்தியையும் வலிமையையும் தருகிறது.

◆◆◆

20
கைதட்டுவதன் பலன்கள்

பழங்காலத்திலிருந்தே கைதட்டுவதும் ஒரு பாடலைப் பாடுவதும் பாரம்பரிய அம்சமாக இருந்து வந்துள்ளது. அதனால்தான் பார்வையாளர்கள் தங்கள் மகிழ்ச்சியை கைதட்டுவதன் மூலம் வெளிப்படுத்துகின்றனர். பல்வேறு நோய்களுக்கு நாமும்தான் பொறுப்பு. இன்றைய பொருளாதாய வாழ்க்கை பல மோசமான அம்சங்களை உருவாக்கியிருக்கிறது, தியானம் காணாமல் போய்விட்டது. கைதட்டல் யோகா இந்த உலகில் மிகச்சிறந்த யோகா.

கைதட்டுவதற்கு நாம் இரண்டு உள்ளங்கைகளையும் பலமாக அடிக்க வேண்டும். இதனால், கையிலுள்ள முக்கிய புள்ளிகள் அழுத்தம் பெறுவதோடு உடலிலுள்ள நோய்கல் குணமடைகின்றன. கைதட்டல் சிகிச்சையின் முக்கியத்துவத்தை அமைதியான கோயில்களில் நாம் உணரலாம். பக்தர்கள் பஜனைகளையும் பக்திப் பாடல்களையும் பாடுவது நுண்ணலைகளை கொண்டுவருவதோடு அந்தச் சூழலையே மகிழ்ச்சிகரமானதாக மாற்றுகிறது. தொடர்ச்சியாக கைதட்டுவது இரத்தத்திலுள்ள வெள்ளை அணுக்களுக்கு சக்தியை வழங்குகிறது. இதன் காரணமாக நம் உடலிலுள்ள நோயெதிர்ப்பு சக்தி அதிகரிக்கிறது. தியானம் செய்யும்போது கைதட்டல் யோகா ஒரு துணைசெய்யும் விஷயமாக கருதப்படுகிறது. ஏனென்றால் நாம் தியான நிலையில் உட்கார்ந்திருக்கும்போது நமது கண்கள் தாமாகவே மூடப்பட்டிருக்க காதுகள் திறந்திருக்கும் இதனால் கவனச் சிதறலுக்கு அதிகப்படியான வாய்ப்பு உள்ளது. ஆனால் நாம் எப்போதெல்லாம் கைதட்டுகிறோமோ அந்த சத்தத்தினால் நமது மனம் நேரத்தோடு ஒன்றிப்போகிறது. நமது மனம் உலகின் வெளிப்புற

விஷயங்களிலிருந்து விலகியிருப்பதால் நம்மால் தொடர்ச்சியாக தியானம் செய்ய முடிகிறது.

நாம் வாயுத்தொல்லை, மலச்சிக்கல், மன அழுத்தம் மற்றும் கவனமின்மை ஆகியவற்றால் பாதிக்கப்பட்டிருந்தால் நமது வலது கையின் நான்கு விரல்கள் இடது உள்ளங்கையோடு தட்ட வேண்டும். இந்தப் பயிற்சியை காலையிலும் மாலையிலும் ஐந்து நிமிடங்களுக்கு செய்ய வேண்டும். மெதுவாக நாம் இந்த நோய்களிலிருந்து குணமடைவோம்.

அக்குபிரஷர் மற்றும் சுஜோக் முறையின் கூற்றுப்படி இந்தப் புள்ளிகள் அழுத்தமடையும் வகையில் கைதட்டுவது உள்ளுறுப்புகள் ஆற்றலைப் பெறவும், வேலையை முறையாக செய்யவும் நமக்கு உதவுகிறது. இது நமது உடலை ஆரோக்கியமாக வைத்திருக்கவும் குணமடையவும் உதவுகிறது. மயக்க உணர்வாலும் தூக்கமின்மையாலும் பாதிக்கப்பட்டவர்கள் கைதட்டுவதன் மூலம் பலன் பெறுவார்கள்.

குறைந்த இரத்த அழுத்தம் உள்ளவர்கள் கைதட்டுவதன் மூலம் பலன் பெறுவார்கள். இதை உட்கார்ந்திருக்கும்போதும், நடக்கும்போதும், பேசும்போதும் செய்வதன் மூலமும் பலன் கிடைக்கும். இந்த நோயாளிகள் உட்கார்ந்த நிலையில் பயிற்சி செய்ய வேண்டும். இது கீழ்நிலையிலிருந்து மேல்நிலை வரை செய்யப்பட வேண்டும். இது அழுக்கடைந்த நம் உடையை சுத்தம் செய்வது போன்றது என்று சொல்லப்படுகிறது, இந்த முறையில் கைதட்டல் யோகா நம் உடலிலுள்ள மொத்த அமைப்பையும் சுத்தம் செய்கிறது. கைதட்டல் யோகாவினால் இதய நோய்கள், இடுப்பு வலி மற்றும் கழுத்துப் பிரச்சினைகள் குணமடைகின்றன. கைதட்டுவது நமது மகிழ்ச்சியை வெளிக்காட்டுவது மட்டுமல்லாமல் நமது ஆரோக்கியத்தையும் பாதுகாக்கிறது.

உண்மையில் இந்த மனிதகுலம் நோய்களின் புதிர்களைப் பற்றி அறிய இயலாததாக இருக்கிறது. புதிர்களையும் தாண்டி நமது கற்பனைக்கு அப்பாற்பட்டதாக இருப்பதோடு, இவ்வுலகத்தில் மகிழ்ச்சியும் இன்பமும் நிரம்பியிருக்கின்றன. எனவே, கைதட்டல் யோகாவை பயிற்சி செய்வதன் மூலம் ஆரோக்கியமான வாழ்க்கையின் பலன்களைப் பெற்றுக்கொள்ளுங்கள்.

◆◆◆

21
இதய நோய்கள்: தீமையின் இயல்பு

இந்த அத்தியாயத்தில் 40 வயதிற்கும் மேற்பட்ட ஆண்களைப் பற்றி நாம் பார்க்கப்போகிறோம், முதுமையடையும்போது நோயெதிர்ப்பு சக்தி குறைவதைப் பற்றி நாம் அவர்களுக்குச் சொல்லப்போகிறோம். நாம் யோகாவின் உதவியோடு ஆரோக்கியமாக இருக்கலாம். ஏனென்றால் நாற்பது வயதுகளில் நீங்கள் உலக விஷயங்களில் ஈடுபடத் தொடங்கியிருப்பீர்கள் என்பதுடன் பல நோய்களையும் கடந்து வந்திருப்பீர்கள். இதயக் கோளாறுகள் உங்களுக்கு வயதாகும்வரை பாதிக்காது என்று நினைத்துக்கொண்டிருப்பீர்கள். ஆனால் 40 அல்லது அதற்கு மேற்பட்ட வயதிலேயே இதய நோய்கள் ஏற்படுவதற்கு அதிகபட்ச வாய்ப்புகள் உள்ளன என்று ஆராய்ச்சிகள் தெரிவிக்கின்றன. உலக சுகாதார அமைப்பின் கூற்றுப்படி 50 சதவிகித இதய நோய்க்கு கொலஸ்ட்ரால் காரணமாகிறது. நமது இதயம் 250-300 கிராம் எடையும், 12 செ.மீ. நீலமும் 9 செ.மீ. அகலமும் கொண்டுள்ளது. இது ஒரு நிமிடத்திற்கு 72 முறைகள் துடிக்கிறது. நமது வாழ்க்கை இதயத்துடிப்பை மட்டுமே அடிப்படையாக கொண்டுள்ளது. இதயம் துடிப்பது நிற்கும்போது நம் வாழ்க்கை முடிவுக்கு வருகிறது.

இதயப் பிரச்சினைகளின் காரணங்கள்:-

1. பரம்பரை
2. மன அழுத்தம்
3. கொழுப்பு
4. புகைபிடித்தல்
5. உயர் இரத்த அழுத்தம்
6. உடல் பருமன்
7. உடல் உழைப்பின்மை
8. அதிகப்படியான சோம்பேறித்தனமான வாழ்க்கை
9. பாலுறவுச் செயல்பாடின்மை
10. இயந்திரத்தனமான வாழ்க்கை

மருத்துவ அறிவியலின் கூற்றுப்படி, இதயம் நம் உடலிலுள்ள ஒரு சிக்கலான பகுதி. எனவே மேற்கத்திய நாடுகளைவிட அசைவு உணவு சாப்பிடுபவர்களாகவும், உடலுழைப்பு மிக்கவர்களாகவும் உள்ள இந்தியா போன்ற வளரும் நாடுகளைச் சேர்ந்த மக்களிடத்தில் இதய நோய்க்கான வாய்ப்பு குறைவாக இருக்க வேண்டும், ஆனால் உண்மை இதற்கு நேர்மாறானது. அந்த அறிக்கையின் கூற்றுப்படி நம் நாட்டிலுள்ள 10 சதவிகித மக்கள் இதயக் கோளாறுகளால் பாதிக்கப்பட்டுள்ளனர். உண்மையில் யோகாவினால் நமது தசைகள் மட்டுமல்லாமல் எலும்புகளும் அத்துடன் இதயமும் நுரையீரலும் ஆரோக்கிய

மாகவும் வலுவாகவும் இருக்கிறது. நம்மை நோய்களிலிருந்து விலகியிருக்கச் செய்யும் ஆசனங்கள், முத்ராக்கள், பிரணாயங்கள் பல இருக்கின்றன.

1. அபான் முத்ரா:-

கட்டைவிரலைக் கொண்டு நமது மூன்றாவது மற்றும் நான்காவது விரல்களைத் தொடுவது அபான் முத்ரா எனப்படுகிறது. தினமும் பத்து நிமிடங்கள் அல்லது அதற்கு அதிகமாக இதைச் செய்ய வேண்டும்.

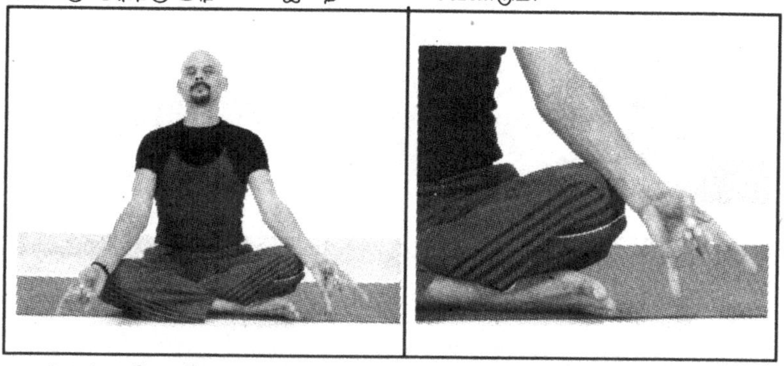

பலன்கள்:- இது இதய நோய்கள், சர்க்கரை நோய், உயர் இரத்த அழுத்தம், தலைவலி ஆகியவற்றால் பாதிக்கப்பட்டவர்களுக்கு ஒரு சஞ்சீவினியாக செயல்படுகிறது.

2. இதயப் பயிற்சி:-

அலுவலகத்திலோ வீட்டிலோ உள்ள நாற்காலியில் சௌகரியமாக உட்காருங்கள், நாற்காலியின் கைப்பிடிகளில் உங்கள் இடது கையை வைத்துக்கொள்ளுங்கள். முதுகும் கழுத்தும் நேராக இருக்க வேண்டும் என்பதுடன் உடல், முகம் மற்றும் கண்கள் ஆகியவை தளர்வாக இருக்க வேண்டும். இப்போது உங்கள் வலது உள்ளங்கையை கப் வடிவத்தில் வைத்துக்கொண்டு உங்கள் இதயப் பகுதியில் லேசாக அடிக்க வேண்டும். இதை குறைந்தது 50 முறைகளாவது செய்ய வேண்டும்

பலன்கள்:- இந்தப் பயிற்சி உங்கள் இதயத்தை மசாஜ் செய்வதற்கு உதவிகரமானது. இது நமது இரத்த ஓட்டத்தை மேம்படுத்துவதுடன் திறனையும் மேம்படுத்துகிறது. இது நமது இதயத்தை வலுப்படுத்துகிறது.

3. சாவாசனம்:

இந்த ஆசனத்தில் நமது உடல் ஒரு இறந்த உடலைப் போல் காணப்படுவதால் நமது யோகிகள் இதற்கு சாவாசனம் என்று பெயரிட்டனர்.

முறை: இந்த ஆசனத்தில் முதுகுப்புறமாக படுக்க வேண்டும். உங்கள் மொத்த உறுப்புக்களையும் தசைகளையும் தளர்வாக வைத்துக்கொள்ள வேண்டும். உங்கள் உடலிலுள்ள செல்களை அழுத்தமில்லாமல் வைத்துக்கொள்ள வேண்டும்.

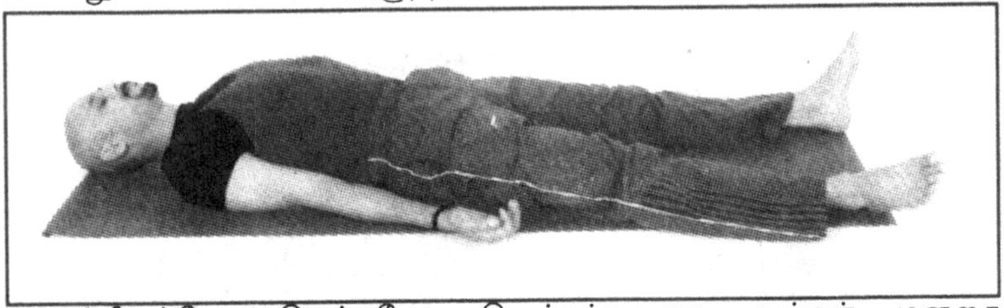

தசைப்பிடிப்போ இறுக்கமோ இருக்கக்கூடாது. உங்கள் மனதை அப்புறப்படுத்திக்கொண்டு மூச்சை மெதுவாக இழுத்து வெளியிட வேண்டும். நீங்கள் ஆழமாக மூச்சை உள்ளிழுக்கும்வரை உங்கள் உடல் அந்தளவிற்கு தளர்வடைகிறது, நீங்கள் அதிகப்படியான நன்மை பெறலாம். மூச்சை உள்ளிழுத்து வெளியிடும் நேரத்திற்குள்ளாக உங்கள் உடல் இருக்கமின்றி இருக்கிறது என்பதை மனதில் வைத்துக்கொள்ளுங்கள். இந்த ஆசனத்தை 10 நிமிடங்களுக்காவது செய்ய வேண்டும்.

பலன்களும்/பயன்களும்: இந்த யோகா உடலுக்கு சுறுசுறுப்பை அளிக்கிறது. இது தசைகளில் இருக்கமில்லாமல் செய்வதோடு, இறுக்கமில்லாத மனதையும் உருவாக்குகிறது. இது இதய நோய்க்கும் உயர் இரத்த அழுத்தத்திற்கும் சஞ்சீவினியாக செயல்படுகிறது. இது நமது இதயத்திற்கும், மனதிற்கும், சுவாச அமைப்பிற்கும் ஓய்வைத் தருவகிறது. இது கோபம், மன இறுக்கம், தூக்கமின்மை மற்றும் முட்டாள்தனத்தை கட்டுப்படுத்துகிறது. இது ஆசனம் மட்டுமல்லாமல் முடிவற்ற காலநிலையில் மகிழ்ச்சியைப் பெறுவதற்கான யோகா சாதனமும் ஆகும்.

முன்னெச்சரிக்கைகள் : இதை தூங்கும் நிலையில் செய்யக்கூடாது என்பதுடன் இதை செய்துகொண்டிருக்கும்போது எழுந்திருக்கவும் கூடாது.

4. ஹாஸ்ய யோகா(சிரிப்பு):

நாம் ஹாஸ்ய யோகாவை உட்கார்ந்த நிலையிலும் நிற்கும் நிலையிலும் செய்யலாம். இந்த யோகாவில் நாம் நமது வாயை அகலமாகத் திறந்து சத்தமாக சிரிக்க வேண்டும்.

பலன்கள்:நாம் சிரிக்கும்போது அதிகப்படியான ஆக்ஸிஜன் நம் நுரையீலக்குள் செல்கிறது. இது சுவாசப் பிரச்சினைகளை குணப்படுத்துகிறது, நோயெதிர்ப்பு செல்களையும் நம் இரத்தத்திலுள்ள டி-செல்களையும் மேம்படுத்துகிறது. இரத்தம் என்டோதாலியத்தை எடுத்துக்கொள்வதை சிரிப்பு குறைக்கிறது. சிரிப்பது இரத்த அழுத்தத்தையும் இதயத் துடிப்பையும் மேம்படுத்துகிறது.

5. சசாங்காசனம்:

சசாங் என்றால் முயல் அல்லது நிலவு. இந்த ஆசனத்தில் நமது உடல் முயலின் வடிவம் எடுப்பதால் இதற்கு சசாங்காசனம் என்று பெயர்.

முறை: முதலாவதாக தரையில் வஜ்ராசனப்படி உட்காருங்கள், பிறகு ஆழமாக

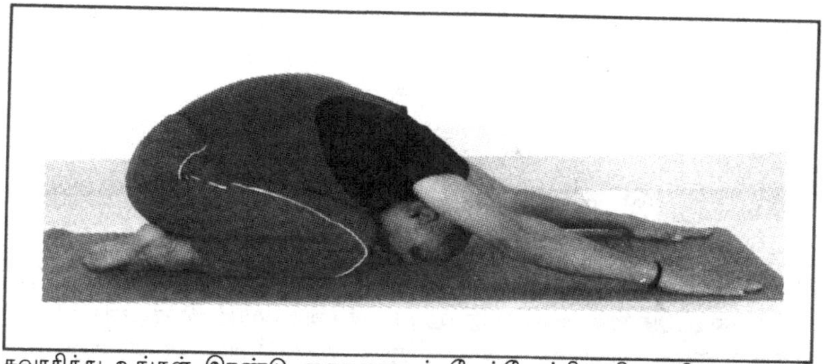

சுவாசித்து உங்கள் இரண்டு கைகளையும் மேல்நோக்கிய நிலையில் உயர்த்தி வைத்துக்கொள்ள வேண்டும், உள்ளங்கைகள் நேரான நிலையில் திறந்திருக்க வேண்டும். கீழ்நோக்கிய நிலையில் உங்கள் இடுப்பை உங்கள் உள்ளங்கைகள் இரண்டையும் தரையில் வைத்துக்கொள்ளுங்கள். இந்த ஆசனத்தில் உங்கள் திறனுக்கேற்றபடி இருந்துவிட்டு உங்கள் உங்கள் கைகளை மேல் நோக்கிய நிலையில் மெதுவாக தூக்குங்கள். இது இந்த ஆசனத்தில் ஒரு சுற்றாகும். இந்த ஆசனத்தை குறைந்தது 5 முறைகளுக்காவது செய்யுங்கள்.

பலன்களும்/பயன்களும்: இந்த ஆசனத்தை பயிற்சி செய்வதால் நமது மனம் அமைதியடைகிறது. இது கவனம் செலுத்துதல், தீர்மானம் செய்தல், மனச் சமநிலை, கோபத்தைக் கட்டுப்படுத்துதல் அறிவு மேம்படுதல் ஆகியவற்றுக்கு உதவுகிறது. இது ஆஸ்துமா, இதயம். நுரையீரல் மற்றும் சுவாசம் ஆகியவற்றை குணப்படுத்துகிறது. இது முகத்திற்கு பொலிவைத் தருகிறது. இது குறிப்பாக பெண்களுக்கு பயன்மிக்கது. இது உடலின் சோர்வைப் போக்குகிறது.

முன்னெச்சரிக்கைகள்: கர்ப்பமடைந்த பெண்கள் மற்றும் வாதநோயாளிகள் ஆகியோர் இந்தப் பயிற்சியை திறமையான ஆசிரியரின் வழிகாட்டுதலின்றி செய்ய வேண்டாம் என அறிவுறுத்தப்படுகிறார்கள்.

6. மதிப்புமிக்க அறிவுரை:-

பூண்டிற்கு நமது கொலஸ்ட்ரால் அளவைத் தூண்டுகின்ற சரிபார்க்கின்ற திறனுள்ளது. யாரேனும் தனது 40 வயதிற்கு மேல் ஒவ்வொரு நாள் காலையிலும் வெறும் வயிற்றில் இரண்டு துண்டு பூண்டை சாப்பிடுவார்களேயானால் அவர்கள் தங்கள் வாழ்நாள் முழுவதிலும் உயர் இரத்த அழுத்தமின்றி இருப்பார்கள். பூண்டை உங்கள் உணவில் அத்தியாவசியமானதாக வைத்துக்கொள்ளுங்கள். பூண்டு ஆயுர்வேதத்தில் அமிர்தமாக கருதப்படுகிறது.

◆◆◆

22

இனப்பெருக்க உறுப்புக்கள்

நவீன காலத்தில் நமது முழு வாழ்க்கையும் இயந்திரங்களையே சார்ந்துள்ளது. இதனால்தான் இது இயற்கையின் அழகையும் இழந்துவிருக்கிறது. உணவில் கலக்கப்படும் ரசாயனங்கள் நமது உடலுக்கு மோசமான விளைவுகளை ஏற்படுத்துகின்றன, அது ஆஸ்துமாவை, இரத்த அழுத்தத்தை, வாதநோயை, மலச்சிக்கலை, இனப்பெருக்க உறுப்பு நோய்களை உண்டாக்குகிறது. நமக்கு இப்போது ஒரேயொரு வாய்ப்புத்தான் இருக்கிறது அதுதான் யோகா.

வணிகமும் வேகத்தடைகளும்கூட கழிவரை போன்ற இயற்கைத் தேவைகளைக்கூட மறுத்துவிடும்படி கட்டாயப்படுத்துகிறது, ஆனால் அவர்கள் இதன் பக்க விளைவுகளை உணர்வதில்லை. இந்தப் பழக்கம் நமது தசைகளை பலவீனப்படுத்துவதோடு பாலி யூரியா அல்லது கட்டாயமான சிறுநீர் கழித்தல் ஆகியவற்றை உருவாக்குகிறது. பெண்கள் வழக்கத்திற்கு மாறான மாதவிலக்கு ஆகியவற்றால் முதுகுவலிக்கு ஆளாகிறார்கள். நாம் இவை அனைத்தையும் வஜ்ரோலி முத்ரா, தனுராசனம் மற்றும் மகராசனம் ஆகியவற்றின் உதவியோடு தவிர்த்துவிடலாம்.

இனப்பெருக்க உறுப்பு சம்பந்தப்பட்ட பல்வேறு ஆசனங்களைப் பற்றி நாம் இப்போது தெரிந்துகொள்வோம்.

1. தனுராசனம் - இந்த ஆசனத்தை செய்யும்போது நமது உடல் ஒரு வில்லின் வடிவத்தைப் பெறுவதால் இது தனுராசனம் எனப்படுகிறது.

முறை - உங்கள் வயிற்றை வைத்துப் படுங்கள், உங்கள் முட்டிகளிலிருந்து கால்களை வளைத்துக்கொள்ளுங்கள். உங்கள் கனுககால்களை கைகளால் பிடித்துக்கொள்ளுங்கள். இப்போது மூச்சை உள்ளிழுக்கும்போது முட்டிகளை

மேல்நோக்கி உயர்த்துங்கள். உங்களால் முடிந்தவரை உங்கள் கால்களை மேல்நோக்கி உயர்த்திக்கொள்ளுங்கள். நமது வயிறு தரையைத் தொட்டுக் கொண்டிருக்க வேண்டும். இந்த நிலையில் உங்களால் முடிந்தவரை இருந்துவிட்டு பின்னர் பழைய நிலைக்குத் திரும்பி மூச்சை வெளியிடுங்கள். இந்த ஒரு சுற்றை குறைந்தது தினமும் 3-5 முறைகளுக்காவது செய்யுங்கள்.

பலன்களும்/பயன்களும் - இது மலச்சிக்கல், செரிமானமின்மை, வாயுத்தொல்லை, பலவீனம் ஆகியவற்றை குணப்படுத்துகிறது. இது நமது மார்பை மேம்படுத்தி வயிற்றுச் சதையை குறைக்கிறது. இது நமது தொண்டை, கைகள் மற்றும் தோள்களுக்கு பயிற்சியளிக்கிறது. இது நுரையீரல் நோய்களுக்கு நல்லது என்பதுடன் இதயத்தையும் வலுப்படுத்துகிறது. இது பெண்களின் மாதவிலக்கு பிரச்சினைகளுக்கு ஏற்றது. இது நமது நுரையீரல்களையும், முதுகெலும்பிலுள்ள 33 தண்டுகளையும் மசாஜ் செய்கிறது.

முன்னெச்சரிக்கைகள் - இதய நோயாளிகள், உயர் இரத்த அழுத்தம் உள்ளவர்கள், ஹெர்னியா நோயாளிகள், கர்ப்பிணிகள் ஆகியோர் இந்தப் பயிற்சியை தவிர்த்துவிட வேண்டும்.

2. அர்த்மத்சியேந்தராசனம் - புகழ்பெற்ற யோகி கோரக்நாத்தின் குருவான சுவாமி மத்சியேந்திரநாத் இந்த நிலையில்தான் இருந்தார், எனவே அவரது பெயரால் அழைக்கப்படுகிறது. இருப்பினும் இது ஒரு சிக்கலான ஆசனம். இது இப்போது அர்த்மத்சியேந்தராசனமாக எளிமைப்படுத்தப்பட்டுள்ளது.

முறை - தரையில் உட்காருங்கள், இடது பாதத்தை வலது பக்கத்திலிருந்து இடுப்புக்கு அருகில் அதை தொடும் விதமாக கொண்டுவாருங்கள் . பிறகு வலது பாதத்தை இடது காலுக்கு அருகில் பொருத்துங்கள். இப்போது, வலது கையை

பின்பற்றமாக சுற்றியபடி தொப்பூழுக்கு மத்தியில் தொட முயற்சி செய்யுங்கள். உங்கள் முதுகெலும்பை வளைத்துக்கொள்ளுங்கள், இதனால் இரண்டு தோள்களும் ஒரே நேர்க்கோட்டில் இருக்கும். இதே நிலையில் கொஞ்ச நேரத்திற்கு இருங்கள். இதே முறையில் கைகளையும் கால்களையும் மாற்றி வைத்து செய்யுங்கள். இரண்டு பக்கத்திலும் குறைந்தது 2 முறைகளுக்காவது செய்யுங்கள். சுவாசம் சீராக இருக்க வேண்டும்.

பலன்களும்/பயன்களும் - இந்த ஆசனத்தின் மூலம் நமது நரம்பு மண்டலத்தை பாதிக்கின்ற முள்ளெலும்பை தூண்டலாம். இது நமது முதுகெலும்பை வலுப்படுத்துகிறது. இது நமது முதுகு. தோள்கள், தொடைகள், கை மற்றும் முதுகின்

பின்புறத்திற்கு வலிமையைத் தருகிறது. இது நமது கணையச் சுரப்பியில் தாக்கமேற்படுத்துவதால் சர்க்கரை நோய் உள்ளவர்களுக்கு சஞ்சீவினியாக செயல்படுகிறது. நுரையீரல்களும், இதயமும் இந்த ஆசனத்தினால் பலன் பெறுகின்றன. இது குடல் மற்றும் அது சம்பந்தமான சுரப்பிகளுக்கு பலனளிக்கிறது. **முன்னெச்சரிக்கைகள்-** அல்சர், ஹெர்னியா ஆகியவற்றால் பாதிக்கப்பட்டவர்கள் குறிப்பாக கர்ப்பிணிப் பெண்கள் மூட்டு நழுவலால் பாதிக்கப்பட்டவர்கள் ஆகியோர் இந்த ஆசனத்தை செய்யக்கூடாது. இதைப் பயிற்சி செய்வதற்கு முன்னர் எப்போதும் டிட்லி ஆசனத்தை பயிற்சி செய்யுங்கள்.

இயற்கை விதிகளின்படி நமது உடல் ஆரோக்கியமாகவும், முறையான நிலையிலும் இருக்க வேண்டும். இனப்பெருக்க உறுப்பு சம்பந்தப்பட்ட பிரச்சினைகள் விந்தணு நோய்கள் பிரிவின்கீழ் வருகிறது. இந்தப் பிரச்சினைகள் கவனமாக குணப்படுத்தப்பட வேண்டும். இவ்வாறு ஆசனங்கள், முத்ராக்கள் மற்றும் பிரணாயங்கள் நமது வாழ்வின் பலத்தை அதிகரிக்கிறது.

◆◆◆

23

வாழ்க்கைக்கு கடன்பட்டிருக்கும் உணவு

வாயுத்தொல்லை அல்லது வாயு என்பது இன்றைய நாளில் ஒவ்வொருவரது பிரச்சினையாகும். தொடர் விரதம், காற்று வெளியேறுதல், துரநாற்றம் வெளியேறுதல் ஆகியவை இந்தப் பிரச்சினைய்யின் அறிகுறிகளாகும். செரிமான அமைப்பு சரியில்லாதவர்கள் அல்லது மலச்சிக்கலால் பாதிக்கப்பட்டிருப்பவர்கள் மிகமோசமாக பாதிக்கப்பட்டிருப்பவர்களாவர்.

வாயு உருவாவதற்கான காரணங்கள்

உணர்ச்சிப்பெருக்கு மற்றும் உணவுமுறை ஆகிய இரண்டும்தான் இந்தப் பிரச்சினைக்குப் பொறுப்பு. அதிகப்படியான உணர்ச்சிப்பெருக்கில் ஏற்படும் ஏற்ற இறக்கம், திடீர் உணர்ச்சி மற்றும் சமூக ஏற்பாடுகள் ஆகியவையும் மிக மோசமாக பாதிக்கின்றன, அமிலம் சுரப்பதை அதிகப்படுத்துகின்றன. இது குடல் அசைவுகள், இரத்த ஓட்டம் ஆகியவற்றில் தாக்கமேற்படுமூத்துகிறது. தொடர்ச்சியற்ற உணவுமுறைகள், மென்று சாப்பிடாமை, எண்ணெய் மற்றும் வாசணை உணவுகள், டீ காபி, புகைபிடித்தல் மற்றும் குடிப்பது ஆகிய அனைத்தும் இந்தப் பிரச்சினைக்கு காரணமாகின்றன. சில சமயங்களில் அனல்ஜெசிக் மருந்துகளும் இந்தப் பிரச்சினைக்கு காரணமாகின்றன. வயிறு கனமாகவும் ஆரோக்கியமின்றியும் இருக்கும் உணர்வு, குடலில் அசைவு, வயிற்றில் காற்று நிரம்பியிருத்தல், வயிறு அசைவற்றிருத்தல், மார்பு அசௌகரியமாக இருத்தல், இதயத் துடிப்பு அதிகரித்திருத்தல், வயிற்று வலி, கைகளில் இறுக்கம் மற்றும் கை, கால்கள் சார்ந்த பிரச்சினைகள் ஆகியன இந்தப் பிரச்சினைகளின் அறிகுறிகள்.

இயற்கை மருத்துவமும் உணவும்

வாயுத்தொல்லை ஒவ்வொருவரையும் அசௌகரியமாக இருக்கிறது. நாம் முதலில் நமது தினசரி வாழ்க்கையை சரிசெய்துகொள்ள வேண்டும். வெண்கலப் பாத்திரத்தில் இரவு முழுவதும் வைத்திருந்த தண்ணீரை நாம் குடித்துவர வேண்டும். லேசான எளிய உணவுகளை சாப்பிட வேண்டும், கனமான உணவை ஒரே முறை சாப்பிடுவதைவிட லேசான உணவை அடிக்கடி சாப்பிடலாம். எணணெய் மற்றும் வாசனை உணவுகளை தவிர்த்துவிட வேண்டும். நம் உணவை நாம் நன்றாக மென்று சாப்பிட வேண்டும். உணவு உண்டபின் உடனடியாக தூங்கச் செல்லாதீர்கள். திறந்தவெளி காற்றில் நடைப்பயிற்சி செய்யுங்கள். லேசான உடற்பயிற்சி, இறுக்கமற்ற தினசரி வாழ்க்கை, கட்டுப்படுத்தப்பட்ட சமநிலை உணவு மற்றும் புத்தகம் படிப்பது ஆகியனவும் இந்தப் பிரச்சினையோடு போராட உதவுகிறது.

வாயுத்தொல்லைக்கான யோகா:-

விலங்குகள்கூட உணவை உண்ணும் முன்பு முகர்ந்து பார்க்கின்றன.

ஆனால் மனிதன் முதலில் வாயைத் திறந்து, மென்று, சாப்பிட்டுவிட்டு துவர்ப்பாக இருந்தால் துப்பிவிடுகிறான்.

இதுதான் மனித உயர்வின் அடையாளமா? எல்லாவிதமான பிரச்சினைகளுக்குமான வேர் வயிற்றிலேயே இருக்கின்றன. ஒவ்வொரு பிரச்சினையும் வயிற்றிலிருந்தே தொடங்குகின்றன அதாவது நமது செரிமான அமைப்பிலிருந்து. நாம் சாப்பிடுவது எச்சிலை உருவாக்குகிறது.

நமது செரிமூமான அமைப்பில் குடல் சம்பந்தப்பட்ட பிரச்சினைகள் ஏதேனும் இருக்கிறதென்றால் அது எல்லா பிரச்சினைகளையும் உருவாக்கிவிடுகிறது. யோகா என்பது நாம் ஆரோக்கியமாக இருப்பதற்கு மட்டுமல்லாமல் எல்லாவித நோய்களையும் குணப்படுத்துவதற்கென்று உருவாக்கப்பட்ட முறை. யோகாவை தொடர்ந்து பயிற்சி செய்வதன் மூலம் நாம் வயிறு சம்பந்தப்பட்ட பிரச்சினைகள் அனைத்தையும் குணப்படுத்திவிடலாம். வாயுத்தொல்லைக்கான ஆசனங்களுள் சில:-

1. வஜ்ராசனம்
2. உதன்பதாசனம்
3. சர்வாங்காசனம்
4. ஹலாசனம்
5. மத்யாசனம்
6. பஷிமோதாசனம்
7. புஜஙகாசனம்
8. சலபாசனம்
9. மயூராசனம்
10. அர்த்மத்சியேந்தராசனமாக
11. பாஸ்த்ரிகா பிரணாயம்
12. அக்னிசார் கிரியா

1.வஜ்ராசன முறை:

இந்த ஆசனம் நமது வஜ்ரா நரம்பில் நேரடியான தாக்கமேற்படுத்துகிறது, இதனால் இதைப் பயிற்சி செய்பவர் வலுவாக இருப்பார். அதனால்தான் நமது துறவிகள் இதற்கு வஜ்ராசனம் என்று பெயரிட்டனர். இஸ்லாத்தையும் புத்த மதத்தையும் பின்பற்றுபவர்கள் இந்த ஆசனத்தை பயிற்சி செய்கின்றனர்.

முறை: உங்கள் இரண்டு கால்களையும் பின்பக்கமாக வளைத்து வைத்தபடி உங்கள் முட்டிகளில் உட்காருங்கள். இரண்டு கால்களின் கட்டை விரல்களும் உங்கள் ஒன்றையொன்று தொட்டுக்கொண்டிருக்க வேண்டும். இதேபோன்ற முறையில் உங்கள் பாதங்களை வைத்துக்கொண்டால் உங்கள் இடுப்பு அதனைத் தொட்டுக்கொண்டிருக்கும். இரண்டு கைகளும் உங்கள் தொடையில் இருக்க வேண்டும். முதுகு, கழுத்து மற்றும் தலை ஆகியலை ஒரே நேர்க்கோட்டில் இருக்க வேண்டும். உங்கள் திறனுக்கேற்ப இந்தப் பயிற்சியை செய்யுங்கள். குறைந்தது இரண்டு மூன்று முறையாவது இதைச் செய்யுங்கள், அதே சமயம் கால அளவும் அதிகரித்தபடி இருக்க வேண்டும்.

பலன்கள் - இது செரிமானமின்மை, வாயுத்தொல்லை மற்றும் மலச்சிக்கலை குணப்படுத்துகிறது. இது இரவில் நேரம் கடந்து உறங்குபவர்களுக்கு ஏற்றது. இது இரவு நீண்ட நேரம் கண்விழித்து வேலைசெய்பவர்களுக்கும் மாணவர்களுக்கும் ஏற்றது. இந்த ஆசனத்தில் நமது ஆற்றல் மேல்நோக்கிச் சென்று செரிமானத்திற்கு உதவுகிறது. இந்த ஆசனம் கர்ப்பமடைந்துள்ள பெண்களுக்கு சுகப் பிரசவமாவதற்கு உதவுகிறது.

முன்னெச்சரிக்கைகள் - இந்தப் பயிற்சியை வாதநோயால் பாதிக்கப்பட்டவர்கள் செய்யக்கூடாது.

குறிப்பு - புதிய பயிற்சி செய்பவர்கள் தங்கள் குதிகால்களில் வலி இருப்பதை உணரலாம். இரத்த ஓட்டத்தை சீராக்க உங்கள் கால்களை சற்றே உதறிவிட்டுக் கொள்ளுங்கள். இந்த ஆசனத்தை மட்டும்தான் சாப்பிட்டபின் பயிற்சி செய்ய முடியும்.

2. சர்வாங்காசன முறை - நாம் இந்தப் பயிற்சியின் மூலம் நமது மொத்த உடலுக்கும் பயிமூற்சி செய்கிறோம். இதனால் இந்த ஆசனத்திற்கு சர்வாங்காசனம் என்று பெயர்.

முறை - உங்கள் முதுகை வைத்துப் படுங்கள். உங்கள் இரண்டு கால்களையும் சேர்த்து வைத்துக்கொள்ளுங்கள் தரையைத் தொட்டுக்கொண்டிருக்கும்படி தரையிலிருந்து உங்கள் உடலை உயர்த்துங்கள். விரல்கள் ஒட்டிக் கொண்டிருக்குமபடி உங்கள் தொடைகளையும், கால்களையும் நேர்க்கோட்டில் வைத்துக்கொள்ளுங்கள். கால்கள் நேராகவும் மேல்நோக்கியு இருக்க வேண்டும் என்பதை நினைவி வைத்துக் கொள்ளுங்கள். தாடை தொண்டையின் அடிப்பகுதியை தொட்டுக்கொண்டிருக்க வேண்டும். சுவாசம் சீராக இருக்க வேண்டும். இந்த நிலையிலேயே உங்களால் முடிந்தவரை இருந்துவிட்டு பின்னர் கைகளின்

உதவியுடன் பழைய நிலைக்கு திரும்பி வாருங்கள். இந்த ஓய்வான நிலையில் இருக்கும்போது அவசரப் படாதீர்கள். இது ஒரு சுற்று. இதை ஒருமுறை செய்துவிட்டு அதன்பின்னர் சவாசனத்தை செய்யுங்கள்.

பலன்கள் - இது மொத்த உடலுக்குமான பயிற்சி அல்ல. இது இரத்தத்தையும், இதயம் மற்றும் நுரையீரலையும் சுத்தப்படுத்து வதற்கு ஏற்றது. நமது இரத்த நாளங்களை வலுப்படுத்தும் வகையில் இரத்தம் நம் மூளையை நோக்கி ஓடுகிறது. இது கண்பார்வையை மேம்படுத்துகிறது. இது கண்கள், தொண்டை, காது மற்றும் இதய பிரச்சினைகளை குணப்படுத்துகிறது. இது தோல் பிரச்சினைகளை குணப்படுத்து கிறது. இது பாடகர்களுக்கு நல்லது. அதிக குளிர்ச்சியாகவோ அதிக வெப்ப மாகவோ உணர்கின்றவர்களுக்கு இந்த ஆசனம் ஏற்றது. இது முடி உதிர்வதையும் வெளுத்துப்போவதையும் தடுக்கிறது. நாம் வயதாவதிலிருந்து தற்காத்துக் கொள்ளலாம் என்பதுடன் நமது முகத்தின் பொலிவையும் அதிகரித்துக் கொள்ளலாம்.

முன்னெச்சரிக்கைகள் - கழுத்து வலி, மூட்டு நழுவல், உயர் இரத்த அழுத்தம், இதய நோய்கள்,கண்பார்வை பிரச்சினைகள் உள்ளவர்கள் மற்றும் கர்ப்பிணிகள் இதைத் தவிர்த்துவிட வேண்டும். இது ஒரு சிக்கலான ஆசனம் என்பதால் திறமையான ஆசிரியரின் வழிகாட்டுதலின்கீழ் இதைப் பயிற்சி செய்ய வேண்டும்.

3. உதன்பதாசன முறை:- உங்கள் முதுகை வைத்துப் படுங்கள். உங்கள் கால்கள் ஒன்றாக இருக்க வேண்டும், இரண்டு கைகளும் உடலைத் தொட்டுக்கொண்டிருக்க வேண்டும். இப்போது உங்கள் கால்களை உயர்த்துங்கள். இதே நிலையிலேயே இருந்துகொண்டிருங்கள். உங்கள் கால்களை மெதுவாக கீழிறக்குங்கள். துவக்கத்தில் இதை தினமும் ஐந்து முறைகளுக்கு செய்யுங்கள்.

பலன்கள்: இது மலச்சிக்கல், மூலம், வாயு மற்றும் பிற வயிறு சம்பந்தப்பட்ட பிரச்சினைகளுக்கு நல்லது. இது செரிமான அமைப்பு சம்பந்தப்பட்ட அனைத்துப் பிரச்சினைகளையும் குணப்படுத்துகிறது. இது உடல் பருமனையும் குறைக்கிறது.

4. புஜங்காசனம் - இந்த ஆசனத்தில் நமது உடல் ஒரு பாம்பைப் போல் காணப்படு

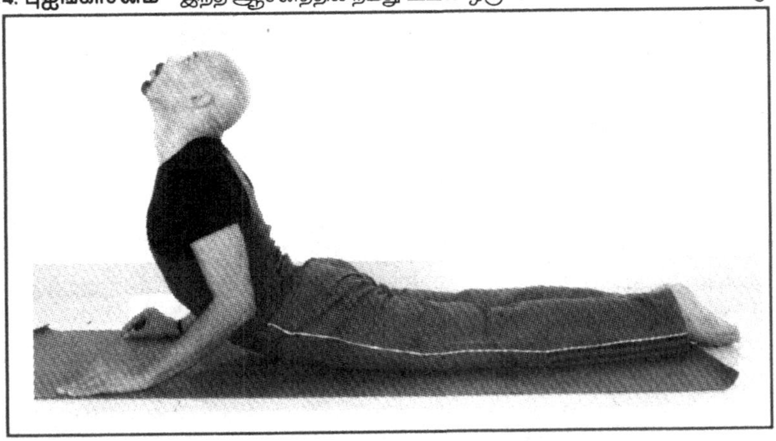

வதால் இதற்கு இந்தப் பெயர் வந்தது.

முறை - உங்கள் வயிறு, தொடைகள், முட்டிகள் மற்றும் கால்களை ஒன்றாக வைத்துக்கொண்டு தரையில் படுங்கள். உங்கள் கால்விரல்களை வெளிப்புறமாக நீட்டிக்கொள்ளுங்கள், உங்கள் கைகளை அக்குள்களுக்கு பக்கத்தில் வைத்துககொள்ள வேண்டும், முழங்கைகள் தரையைத் தொட்டுக்கொண்டிருக்க வேண்டும். இப்போது உங்கள் உடல்பகுதியை தரைக்கு மேல் உயர்த்தி வைத்துக்கொள்ளுங்கள், இரண்டு முழங்கைகளும் லேசாக வளைந்திருக்க வேண்டும் என்பதுடன் கழுத்து பின்னோக்கி இருக்க வேண்டும். இந்த நிலையிலேயே இருங்கள். உங்கள் சுவாசத்தை சீராக வைத்துக்கொள்ள வேண்டும். உங்கள் உடலை அதிகப்படியாக நீமூட்டிவைத்துக்கொள்ளாதீர்கள், இப்போது பழைய நிலைக்கு திரும்பி வாருங்கள். இந்த ஆசனத்தை குறைந்தது 5 சுற்றுக்களாவது செய்ய வேண்டும்.

பலன்களும்/பயன்களும் - இந்த ஆசனம் முதுகு வலி, இடுப்பு வலி மற்றும் கழுத்து வலி ஆகியவற்றிற்கு உதவுகிறது. நாக்கு, தைராய்டு சுரப்பிகள் ஆரோக்கியமாக இருப்பதுடன், வயிற்றுப் பிரச்சினைகளும் தீர்கின்றன. முதுகு, மார்பு, இதயம், கழுத்து, தோள்கள், தசைகள் ஆகியவை வலுப்படுகின்றன. இதனால் நுரையீரலும் பலன் பெறுகிறது. இது டயபடீஸிற்கு சஞ்சீவினியாக செயல்படுகிறது. இது பெண்களின் கருப்பை மற்றும் சிறுநீரகத்திற்கு பலனளிக்கிறது.

முன்னெச்சரிக்கைகள் - ஹெர்னியா, அல்சர், இதயப் பிரச்சினை உள்ளவர்கள் இந்தப் பயிற்சியை தவிர்த்துவிட வேண்டும். கர்ப்பிணிகள் இந்தப் பயிற்சியை ஒரு

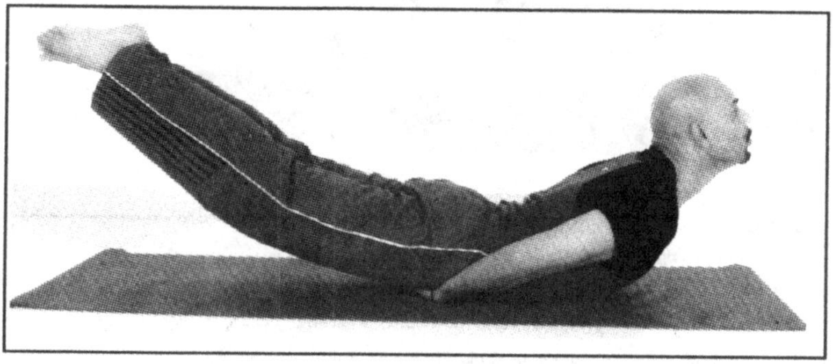

முறையான ஆசிரியரின் வழிகாட்டுதலின்கீழ் செய்ய வேண்டும்.

5. சலபாசனம் - நமது உடல் விட்டில்பூச்சியின் வடிவம் பெறுவதால் இதற்கு இந்தப் பெயர் வந்தது.

முறை - உங்கள் வயிற்றை வைத்துப் படுங்கள், உங்கள் இரண்டு கைகளையும் தொடைகளுக்கு கீழே வைத்துக்கொள்ளுங்கள், தாடை தரையைத் தொட்டபடி இருக்க வேண்டும். இரண்டு கால்களும் ஒன்றாக நீட்டப்பட்டிருக்க வேண்டும். மூச்சை உள்ளிழுக்கும்போது தலை, கழுத்து மற்றும் தோள்கள் ஆகியவற்றோடு உங்கள் பின்புறத்தை மேலுயர்த்த வேண்டும், உங்கள் உடலின் மொத்த எடையும் உங்கள் கைகளில் இருக்க வேண்டும். இப்போது உங்கள் தொடைகளை மட்டுமூம் உயர்த்த முயற்சி செய்யுங்கள். மூச்சை உள்ளிழுத்த நிலையிலேயே உங்களால்

முடிந்தவரை இருந்துவிட்டு மூச்சை வெளியிடும்போது மெதுவாக பழைய நிலைக்கு திரும்பி வாருங்கள். இது ஒரு சுற்று இதைக் குறைந்தது 3-5 முறைகளாவது செய்யுங்கள்.

பலன்களும்/பயன்களும் - தொப்பூழுக்கு சிறந்த பயிற்சி. நமது மார்பும் தோள்களும் வலுவும் விரிவும் பெறுகிறது. இது செரிமான அமைப்பிற்கு ஏற்றது என்பதுடன் கீழ்ப்புற எலும்புகள் வலுவடைகின்றன. இது ஆசனம் பெண்களின் மாதவிலக்கு பிரச்சினைகள், கர்ப்பக் கோளாறு ஆகியவற்றுக்கு உதவுகிறது. விந்தணு சம்பந்தப்பட்ட பிரச்சினைகளையும் இது தீர்க்கிறது.

முன்னெச்சரிக்கைகள் - இதயக் கோளாறுகள், உயர் இரத்த அழுத்தம் மற்றும் அல்சர், ஹெர்னியா உள்ளவர்கள் இந்தப் பயிற்சியை தவிர்த்துவிட வேண்டும்.

குறிப்பு - இது சற்றே சிக்கலான யோகா. எனவே இதைச் செய்யும்போது அவசரப்படாதீர்கள்

6. ஹலாசனம் - நமது உடல் ஒரு கலப்பையின் வடிவத்திற்கு வருவதால் இதற்கு

இந்தப் பெயர் வந்தது.

முறை - உங்கள் முதுகை வைத்துப் படுங்கள். அதிகப்படியாக வளையாமல் உங்கள் இரண்டு கால்களையும் தூக்கிக்கொள்ளுங்கள், பின்னர் அதைத் தொடர்ந்து தலை, இடுப்பு, முதுகு ஆகியவற்றை வைத்துக்கொள்ள வேண்டும். நமது முட்டிகள் வளைந்திருக்கக்கூடாது என்பதுடன் சுவாசம் சீராக இருக்க வேண்டும். இந்த நிலையில் முடிந்தவரை இருந்துவிட்டு பிறகு மெதுவாகவும் கவனமாகவும் திரும்ப வேண்டும். துவக்கத்தில் இதை பத்து வினாடிகளுக்கு செய்ய வேண்டும். அதேசமயம் இதை 2-3 முறைகளுக்காவது செய்ய வேண்டும். இதை ஒரு நாளைக்கு ஒருமுறை மட்டும் செய்யுங்கள். இதைச் செய்தபிறகு சவாசனத்தை செய்யுங்கள்.

பலன்களும்/பயன்களும் - இது சர்க்கரை வியாதி, நுரையீரல், வயிறு பிரச்சினை உள்ளவர்களுக்கு பயன்மிக்கது. இது முதுகெலும்பை பலப்படுத்துகிறது. இது கேசம், முகம் மற்றும் கண்களுக்கு நல்லது. தைராய்டு மற்றும் பாராதைராய்டு சுரப்பிகளை இது மேம்படுத்துகிறது. இது ஆஸ்துமா, சுவாசப் பிரச்சினைகள், டி.பி. மற்றும் பெண்கள் சம்பந்தப்பட்ட பிரச்சினைகளுக்கு ஏற்றது.

முன்னெச்சரிக்கைகள் - மூட்டு நழுவல், கழுத்து வலி, இதயக் கோளாறுகள், உயர்

இரத்த அழுத்தம் மற்றும் ஹெர்னியா நோயாளிகள் இதைத் தவிர்த்துவிட வேண்டும். இது சற்று சிரமமானது என்பதுடன், இதைச் செய்யும்போது பொறுமையாக இருங்கள். ஒரு திறமையான ஆசிரியரின் வழிகாட்டுதலில் இதைச் செய்யுங்கள்.

7. மயூராசன முறை: நாம் இந்தப் பயிற்சியை செய்யும்போது நமது உடல் மயில்போலக் காணப்படுவதால் இது மயூராசனம் எனப்படுகிறது.

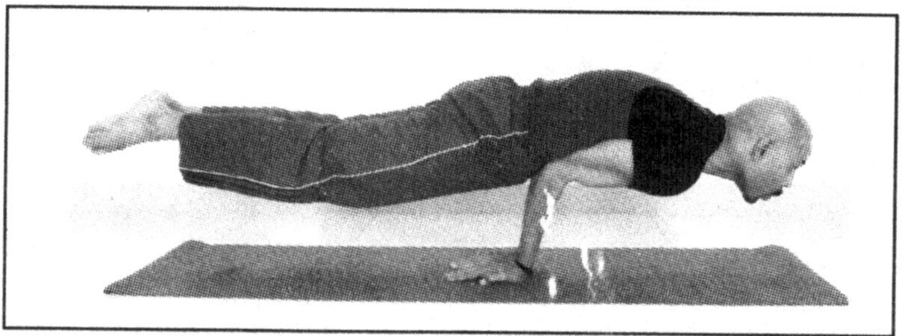

முறை - தரையில் வஜ்ராசனப்படி உட்காருங்கள், தொடையை தூக்கிவைத்தபடி இடுப்பை முன்னோக்கி வளைத்துக்கொள்ளுங்கள். உங்கள் இரண்டு முழங்கைகளையும் தொப்பூழில் சேர்த்து வைத்தபடி உங்கள் உடலின் முழு எடையையும் அந்தக் கைகளில் வையுங்கள், இப்போது தரையிலிருந்து உங்கள் முட்டிகளையும் கால்களையும் உயர்த்துங்கள். இந்தப் பயிற்சியை போதுமான அளவு செய்து முடித்தவுடன் உங்கள் கால்களையும் தலையையும் நேராக வைத்துக்கொள்ளுங்கள். முழங்கைகள் தொப்பூழில் இருக்க வேண்டும். சுவாசம் சீராக இருக்க வேண்டும். இந்தப் பயிற்சியை துவக்கத்தில் 3-5 முறைகள் செய்யுங்கள். அதே சமயம் நாம் இந்தப் பயிற்சியை நமது திறனுக்கேற்ப அதிகரித்துக்கொள்ள வேண்டும்.

பலன்களும்/பயன்களும் - இந்த ஆசனம் வயிற்றுப் பிரச்சினைகள், வயிற்றிலுள்ள புழுக்கள் மற்றும் மலச்சிக்கலை நீக்குகிறது. இது கைகள், கால்கள், முதுகு, இதயம் ஆகியவற்றை வலுப்படுத்துகிறது. இது நமது முகத்தை பளிச்சிடச் செய்வதோடு நம் கண்பார்வையை மேம்படுத்துகிறது. மயில் பாம்பைக்கூட உண்டு செரித்துவிடுமும் என்று சொல்லப்படுவதுண்டு, அதேபோல இந்தப் பயிற்சியை செய்பவர் விஷத்தைக்கூட உண்டு செரித்துவிடுவார்.

குறிப்பு - இந்தப் பயிற்சியை உயர் இரத்த அழுத்தம், இதயக் கோளாறு உள்ள வர்களும் பலவீனமாக உள்ளவர்களும் வயதானவர்களும் செய்யக்கூடாது. எனவே சரியான வழிகாட்டியின் அறிவுறுத்தல்கள்படி இதைச் செய்ய வேண்டும். இதைச் செய்யும்போது அவசரப்படவும் கூடாது.

8. அர்த்மத்சியேந்தராசனம் - புகழ்பெற்ற யோகி கோரக்நாத்தின் குருவான சுவாமி மத்சியேந்திரநாத் இந்த நிலையில்தான் இருந்தார், எனவே அவரது பெயரால் அழைக்கப்படுகிறது. இருப்பினும் இது ஒரு சிக்கலான ஆசனம். இது இப்போது அர்த்மத்சியேந்தராசனமாக எளிமைப்படுத்தப்பட்டுள்ளது.

முறை - தரையில் உட்காருங்கள், இடது பாதத்தை வலது பக்கத்திலிருந்து

இடுப்புக்கு அருகில் அதை தொடும் விதமாக கொண்டுவாருங்கள் . பிறகு வலது பாதத்தை இடது காலுக்கு அருகில் பொருத்துங்கள். இப்போது, வலது கையை பின்பற்றமாக சுற்றியபடி தொப்பூழுக்கு மத்தியில் தொட முயற்சி செய்யுங்கள். உங்கள் முதுகெலும்பை வளைத்துக்கொள்ளுங்கள், இதனால் இரண்டு தோள்களும் ஒரே நேர்க்கோட்டில் இருக்கும். இதே நிலையில் கொஞ்ச நேரத்திற்கு இருங்கள். இதே முறையில் கைகளையும் கால்களையும் மாற்றி வைத்து செய்யுங்கள். இரண்டு பக்கத்திலும் குறைந்தது 2 முறைகளுக்காவது செய்யுங்கள். சுவாசம் சீராக இருக்க வேண்டும்.

பலன்களும்/பயன்களும் - இந்த ஆசனத்தின் மூலம் நமது நரம்பு மண்டலத்தை பாதிக்கின்ற முள்ளெலும்பை தூண்டலாம். இது நமது முதுகெலும்பை வலுப்படுத்துகிறது. இது நமது முதுகு, தோள்கள், தொடைகள், கை மற்றும் முதுகின் பின்புறத்திற்கு வலிமையைத் தருகிறது. இது நமது கணையச் சுரப்பியில் தாக்கமேற்படுத்துவதால் சர்க்கரை நோய் உள்ளவர்களுக்கு சஞ்சீவினியாக செயல்படுகிறது. நுரையீரல்களும், இதயமும் இந்த ஆசனத்தினால் பலன் பெறுகின்றன. இது குடல் மற்றும் அது சம்பந்தமான சுரப்பிகளுக்கு பலனளிக்கிறது.

முன்னெச்சரிக்கைகள் - அல்சர், ஹெர்னியா ஆகியவற்றால் பாதிக்கப்பட்டவர்களும் குறிப்பாக கர்ப்பிணிப் பெண்கள் மூட்டு நழுவலால் பாதிக்கப்பட்டவர்கள் ஆகியோர் இந்த ஆசனத்தை செய்யக்கூடாது. இதைப் பயிற்சி செய்வதற்கு முன்னர் எப்போதும் டிட்லி ஆசனத்தை பயிற்சி செய்யுங்கள்.

அக்னிசார் கிரியா - இதனை பத்மாசனம் அல்லது சௌகரியமாக உட்காருதல் அல்லது நின்ற நிலையில் செய்யலாம். உங்கள் இரண்டு கைகளையும் கனுக்கால் மூட்டுக்களில் வைத்து மூச்சை உள்ளிழுத்து வயிற்றை 8-10 முறை உள்ளிழுக்க வேண்டும். இதைச் செய்துவிட்டு வெளிவிடுவதை வேகமாகச் செய்யவேண்டும். உங்கள் சுவாசத்தை அதிகபட்சம் பிடித்துவைத்துக்கொண்டு பின்னர் வெளியிட வேண்டும். மூச்சை வெளிவிட்டபின் மீண்டும் வயிற்றை வெளியே தள்ளி உள்ளிழுத்துக்கொள்ள வேண்டும். துவக்கத்தில் இந்த பயிற்சியை 4-5 முறைகள் செய்ய வேண்டும்.

பலன்கள் - இந்தப் பயிற்சி மலச்சிக்கல் நோயில் ஒரு சஞ்சீவினியாக செயல்படுகிறது. இது மந்தமான வாயுத் தொந்தரவு உள்ள நோய்க்கும் பயன்மிக்கது. இது மாதவிலக்கு பிரச்சினைக்கும், உடல் பருமனுக்கும் பலன்மிக்கது.

குறிப்பு - துவக்கத்தில் அவசரப்படாதீர்கள். இது நீங்கள் உண்வுண்ணாதபோது செய்யப்பட வேண்டும். இதய நோயாலும், உயர் இரத்த அழுத்த நோயாலும் பாதிக்கப்பட்டவர்கள் இதைச் செய்யக்கூடாது.இந்த ஆசனங்களை நீங்கள் அனைவரும் ஒரு திறமையான ஆசிரியரின் வழிகாட்டுதலில் செய்யும்படி கேட்டுக்கொள்கிறேன்.

◆◆◆

Now you can

Improve your Memory

Without problem
choose book of your favourite author
Biswaroop Roy Chowdhury

One Minute Mind Memory

In the present spell of highly competitive time, where knowledge, qualifications and skills are so richly available is people, the next parameter which can decide the overall merit is memory. It is an art of quick retrival of what you have in the stock of your mind. Means what you have is alright, but what you can pull out instantly from your mind system, on the hour of need, is paid most. This book is designed to make your mind capable to earn that premium.

Invisible Doctor

This book tells about the doctors, medical researchers, and the hundreds of other people who have used me to cure a huge variety of illnesses and combat even the most incurable diseases. The authors of the book Biswaroop Roy Chowdhury and B K Chandra Shekhar.

Memory Unlimited

This book is a collection of examples from various areas of science, commerce and arts showing how Advanced Mnemonics can be helpful in improving the learning speed.

Memory, Mind & Body

Memory, Mind & Body is the masterpiece by a master mind. It is another magnum opus by the renowed memory master. Biswaroop Roy Chowdhury, whose amazing work Dynamic Memory Methods was a record-breaking bestseller of the millennium, running into several reprints in a short span.

Dynamic Memory Methods

Dynamic Memory Methods is a bestseller on memory developing techniques. This book deals with the use of scientific memory techniques. This book deals with the use of scientific memory techniques for memorising faster and retaining it longer.

Impossible.. Possible...

This book is about change. Poeple by nature are status quoists. This book will tell you how you can change the way you think, act and behave. The chronic patients can recover, the habitual failures can turn around.

Vocabulary@100 Words/hr

Whether you are a businessman, or a student, if you want to remember everything this book is a must for you. It deals with how to improve concentration Memorising difficult biological diagrams.

Memorising Dictionary Made Easy

Memorising Dictionary Made Easy will be immensely useful to all. The book identifies every new word with a Key and Memory Link, which connect the new word with a more identifiable word and in the process get firmly lodged in the reader's mind.

Rs. 150/-

Rs. 150/-

Rs. 150/-

Rs. 95/-

Rs. 195/-

Rs. 195/-

Rs. 150/-

Rs. 150/-

Books can be requisitioned by V.P.P. Postage charges will be Rs. 20/- per book.
For orders of three books the postage will be free.

FUSION BOOKS
X-30, Okhla Industrial Area, Phase-II, New Delhi-110020,
Phone : 41611861 Fax : 41611866
E-mail : sales@dpb.in Website : www.dpb.in